கே.பாலசந்தர்

வேலை ✷ டிராமா ✷ சினிமா

கே.பாலசந்தர்

வேலை ✸ டிராமா ✸ சினிமா

சோம.வள்ளியப்பன்

ZDP
SPECIFICS

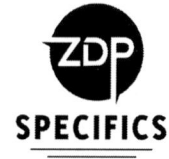

Title: K.Balachandar
Author's Name: Soma. Valliappan
Copyright © Soma. Valliappan2023
Published by ZDP Specifics

All rights reserved. No part of this publication may be reproduced, stored in a retrieval system, or transmitted, in any form or by any means, electronic, mechanical, photocopying, recording, psychic, or otherwise, without the prior permission of the publishers.

(An imprint of Zero Degree Publishing)
No. 55(7), R Block, 6th Avenue,
Anna Nagar,
Chennai - 600 040

Website: www.zerodegreepublishing.com
E Mail id: zerodegreepublishing@gmail.com
Phone: 89250 61999

ZDP Specifics First Edition: December 2023
ISBN: 978-93-95222-35-8
TITLE NO ZDPS: 70

Rs. 200/-

Layout: G.Selva kumar
Cover Design: Vijayan, Creative Studio
Printed at Clictoprint, Chennai, India

கே.பி.யின் மாணவன், என் அன்புத் தம்பி,
இயக்குனர் வசந்த் சாய் அவர்களுக்கு...

உயிரோட்டமான பதிவு
புஷ்பா கந்தசாமி

புத்தகம் வாசிக்கும்போது கண் கலங்குவது ஒரு வகை. எண்ணங்களின் தாக்கத்தால் கண்ணீர் சுரப்பிகள் உசுப்பப்பட்டு ஒரு சொட்டுக் கண்ணீர் உருண்டோடுவது ஒரு வகை.

இவை இரண்டும் போல் அல்லாமல், படிக்கும்போது தாரை தாரையாக கண்கள் பொழிந்த வண்ணம் இருப்பது முற்றிலும் வேறு வகை அனுபவம். அப்படிப்பட்ட அனுபவத்தைத் தந்தது இந்தப் புத்தகம்.

இதன் ஹீரோ எனது வாழ்க்கையின் ஹீரோவான எனதருமைத் தந்தை திரு. கே.பாலசந்தர் என்பது முக்கிய காரணம் என்றாலும், அவருடைய ஆசீர்வதிக்கப்பட்ட வாழ்க்கைக்கு உரமாக அமைந்த இளமைக்கால அனுபவங்களின் உயிரோட்டமான பதிவு இது என்பது அதிமுக்கிய காரணம்.

அப்பா - மகள் என்ற உறவு முறையில் இருபது வருடங்கள். பின்னால் தொழில்முறையில் திரைப்படத் தயாரிப்பாளராய் அவருடன் பழகிய இருபது வருடங்கள். சுமார் நாற்பது ஆண்டுகள் அவரிடம் கேட்க விட்டுப் போன கேள்விகள் பல உண்டு. கேட்காமலேயே கிடைத்த பதில்கள் பலவுண்டு. இதற்கெல்லாம் சிகரம் வைத்தாற்போல், அவர்

யார், வாழ்க்கையைப் பற்றி அவருடைய அணுகுமுறை என்ன? அவருடைய கனவுகள், அவற்றை அடைய அவரிடம் இருந்த பண்புகள், அவரை வழிநடத்திச் சென்ற மனிதர்கள், கால்பதித்த தடங்கள், ஆளுமையைச் செதுக்கிய சம்பவங்கள் எல்லாம் அடங்கிய அழகிய நீண்ட கட்டுரையாக அமைந்திருக்கிறது இப்பதிவு.

அவர் பிற்காலத்தில் மாபெரும் இயக்குனராக வாழ்ந்த வாழ்க்கையைப் பற்றி பலரும் அறிந்திருக்கக்கூடும். இந்தப் புத்தகத்தில் காணப்படும் தகவல்கள் அனேகருக்கு புதிதாக இருக்கும். பயனுள்ளதாக இருக்கும் என்பது சத்தியமான வார்த்தைகள்.

அப்பாவுக்கு வாழ்க்கை ஒரு வரப்பிரசாதம். உடன் பயணித்த மனிதர்கள் குணச்சித்திரங்கள். இப்படித்தான் அவருடைய அணுகுமுறை இருந்திருக்கிறது.

சோர்ந்து போகாத மனநிலை, ஏமாற்றத்தையும் சகஜமாக எடுத்துக்கொள்கிற மனோதிடம், வெற்றி தோல்விகளைக் கைக்குள் அடக்கிக்கொண்டிருந்த பக்குவம். இவை சிறுவயது முதல் அவரை ஆட்கொண்ட பண்புகள்.

'செய்வன திருந்தச் செய்', 'செய்யும் தொழிலே தெய்வம்' என்பதெல்லாம் அவரைப் பொறுத்தமட்டில் வெறும் வார்த்தைப் பிரயோகங்கள் அல்ல. தாரகமந்திரங்கள். தகப்பனின் அதீத கட்டுப்பாட்டையும் தாண்டி, அவருடைய கற்பனைத் திறனும், படைப்புத்திறனும் பரிமளித்திருக்கின்றன என்றால் எத்தகைய விடாமுயற்சிக்காரராக இருந்திருக்கவேண்டும்!

உடன் பிறந்தவர்களின் சோகத்தைக் கூடவே சுமந்து நின்ற நிலையிலும், தன் இலக்கு நோக்கிய கவனத்தைச் சிதறவிடாமல் சாதித்தவருக்கு எத்தனை சுயநம்பிக்கை இருந்திருக்க வேண்டும். தன் படைப்புகள் மூலம் Message சொன்ன அவருடைய வாழ்க்கையே எங்களுக்கெல்லாம் Messageதான்!

இறுதிவரையில் கலைத்துறையில் உயிர்ப்போடு உறவாடியபடி இயற்கை எய்திய மாமனிதர் இன்னும் பல பல விஷயங்களைப் பகிர்ந்துகொள்ளாமல் போனதில் வருத்தம்தான்.

திரு. சோம. வள்ளியப்பன் அப்பாவிடம் நேரடியாகப் பேசிக் கேட்டு வாங்கிய நினைவுப் பகிர்தல்களை சுவை குன்றாமல் உணர்வுபூர்வமாய் பதிவு செய்திருக்கிறார். முற்றுப்பெறாத பதிவாக இருந்தாலும், அப்பா சொன்ன விஷயங்களை வாசகர்களுடன் பகிர்வது தன் கடமை என அவர் நினைத்தது நூற்றுக்கு நூறு சரியே. அந்த மகாமேதைக்கும் வாசகர்களுக்கும் இடையில் ஓர் அற்புதமான பாலமாகத் தன்னை நிலைநிறுத்திக் கொண்டிருக்கிறார்.

புத்தகத்தை எழுதியிருக்கும் சோம. வள்ளியப்பன் அவர்களுக்கும், வெளியிடும் ஸீரோ டிகிரி பப்ளிகேஷனுக்கும் எங்கள் குடும்பம் சார்பில் மனமார்ந்த நன்றியினைத் தெரிவித்துக்கொள்கிறேன்.

கட்டுப்பாடுக்குப் பெயர் போன, ஆங்கிலப் புலமை வாய்ந்த கிராம முனிசீப் கைலாச அய்யரைப் பார்த்தேயிராத ஏக்கமும், படுசுட்டி இளைஞனான பாலசந்திரனுடன் நல்லமாங்குடித் திண்ணையிலும் அண்ணாமலைப் பல்கலைக்கழக அரங்கத்திலும் அருகில் இருந்து ஆராதிக்கும் வாய்ப்புக் கிடைக்காமலே போன ஏக்கமும் என் மனதை முழுதும் வியாபித்திருப்பது உண்மை.

சினிமா, தொலைக்காட்சி நாடகத்துறைகளில் மோகம் கொண்ட அனைவரும் இந்தப் பதிவைப் படிக்க வேண்டும் என்பது என் அவா. தன்னைத்தானே செதுக்கிக்கொண்ட கே.பி. என்னும் மாபெரும் கலைஞனை அருகே இருந்து பார்க்கும் சுக அனுபவம் கிட்டும். வெற்றி, பெயர், புகழ் எல்லாம் சில்லறைக்கு கிடைக்கும் சாக்லெட்கள் அல்ல என்ற வாழ்க்கைப் பாடம் தொண்டைக்குள் வழுக்கிப்போகும் அல்வா போல லகுவாய் இறங்கும்.

சென்னை-4 **புஷ்பா கந்தசாமி**
31.5.2016 கவிதாலயா
(இயக்குநர் KB அவர்களின் திருமணநாள்)

முன்னுரை

சரியாக சுமார் பன்னிரண்டு ஆண்டுகளுக்கு முன்பாக, அதாவது ஏப்ரல் மாதம் 2004ல் ஆரம்பித்தது இந்தப் புத்தகத்திற்கான வேலை. என் சகோதரர் வஸந்த் சொல்லி, கே.பாலசந்தர் அவர்களின் மகள் திருமதி புஷ்பா கந்தசாமி அவர்களை அவர்களது அபிராமபுரம் வீட்டில் ஒரு காலைப் பொழுதில் சந்தித்தேன். உடன், என்னுடைய 'திட்டமிடுவோம் வெற்றி பெறுவோம்' மற்றும் 'தொட்டதெல்லாம் பொன்னாகும்' புத்தகங்களை எடுத்து சென்றிருந்தேன். கொடுத்தேன். பேசினோம். "அப்பா இதுவரை சொல்லாதவற்றைப் பற்றி சொல்ல இருக்கிறார்கள். மனம் திறக்க இருக்கிறார்கள்" என்றார் மகள். கிளம்பும் நேரம், "சஹானா முடிஞ்ச பிறகு, *After April* பேசலாம் என்றார்கள்" என்றார்.

நடுவில் ஒரு முறை புஷ்பா அவர்களிடம் எப்போது ஆரம்பிக்கலாம் என்று கேட்க, "சஹானா முடித்துவிட்டு ரெஸ்ட் எடுக்கிறார். வந்திடட்டும்" என்றார்கள். அதன்பிறகு நான் கேட்கவில்லை.

நான்கு மாதங்கள் ஓடிவிட்டன. 2004ம் ஆண்டு, ஆகஸ்ட் எட்டாம் தேதி நான் சென்னைக்கு அருகில் இருக்கும் சிறுவாபுரி முருகன் கோவிலில் காத்திருக்கையில் கைபேசியில் அழைப்பு வந்தது. பேசியதுபுஷ்பா கந்தசாமி அவர்கள்தான். "இன்றைக்கு மீட் பண்ணலாமா? ஆறு மணிக்கு" என்றார்கள். ஓ.எஸ்.என்றேன். மயிலாப்பூர் கற்பகாம்பாள் நகர் ஆபீஸ் வந்துவிடுங்கள் என்றார்கள்.

மாலை மீண்டும் போன். 5.45க்கே வரமுடியுமா? He is free என்றார்கள். போனேன். கே.பி. பிரியமாகப் பேசினார். என்னுடைய சிறுகதைத் தொகுப்பு, காலம் உங்கள் காலடியில் புத்தகம் மற்றும் சில தினமணி நடுப்பக்கக் கட்டுரைகளின் போட்டோ காப்பி கொடுத்தேன்.

நான் அப்போதுதான் நவியா மார்க்கெட்ஸ் நிறுவனத்தில், மனிதவளத் துறைத் தலைவராக சேரவிருந்தேன். சனிக்கிழமைகள் அரைநாள்தான் வேலை. அதனால் வாராவாரம் சனிக்கிழமை மாலை நான்கு மணிக்கு கவிதாலயா அலுவலகத்தில் சந்திப்பது என்று முடிவு செய்துகொண்டோம். முதல் மீட்டிங் 13.8.2004 ஞாயிற்றுக்கிழமை மாலை 3.15 முதல் 4.15 வரை என்று முடிவானது.

அதற்கு முன் அவரது அலுவலகம் சென்று 'பேப்பர் கட்டிங்க்ஸ்' மற்றும் ஏனைய பைல்கள் பார்க்க ஏற்பாடானது. கே.பி. அவர்களது அலுவலக அறையில் தனியாக அமர்ந்திருக்கிறேன். மேசைமீது பல்வேறு பைல்கள். பைல்களை புரட்டப் புரட்ட பிரமிப்பு வந்து பின்பு அதுவே மலைப்பாகி, இந்த மலையை எப்படிப் புத்தகம் என்ற டப்பாவிற்குள் அடக்குவது என்கிற அச்சம் வந்தது.

15.8.2004 ஞாயிற்றுக்கிழமை மதியம் 3 மணிக்கே போய்விடுகிறேன். திரு. கே.பி. அவர்களின் வாரன் ரோடு வீடு. கே.பி. 3.25-க்கு வருகிறார். ஆரம்பிக்கிறோம். மீண்டும் உடல்நிலை சரியில்லாமல் போய்விட்டதாகவும், ரெஸ்ட் தேவை என்றும் சொல்லிவிட்டார்கள். அதனால்தான் ஆரம்பிப்பதில் தாமதம் என்று சொன்னார். அவர் ரொம்ப 'திங்க்' பண்ணக் கூடாதாம்.

அவரது டேப்ரிக்கார்டரை எடுத்துக் கொடுத்தார். அப்போது அவர் கை லேசாக நடுங்குவதைப் பார்த்தேன். அவ்வளவு தளர்ந்து போயிருந்தார். அவ்வளவு பெரிய ஜாம்பவானை, சிங்கத்தை அவரது முழு வேகத்தில் பார்க்க முடியவில்லையே என்று ஏக்கமாக இருந்தது. "புஷ்பாவும் வஸந்தும் கம்பெல் செய்ததால்தான் இதற்கு சம்மதித்தேன்" என்றார். முதலில் ஊர், பிறப்பு, தந்தை, படித்த பள்ளி பற்றி பேச்சு போனது. அடுத்து தங்கை பற்றிப் பேச ஆரம்பித்தார். அப்போது

அவரது கண்கள் கலங்கின. பேச்சை நிறுத்திவிட்டு டேப்பை ஆப் செய்தார். சற்று நேரம் மவுனமாக இருந்துவிட்டு. *Re-living* என்றார்.

★

★

★

இருபது முதல் இருபத்து ஐந்து முறை வரை அவரை சந்தித்திருப்பேன். ஒவ்வொரு முறையும் குறைந்தது இரண்டு மணிநேரம் பேசியிருப்போம். அனேகமாக எல்லா மீட்டிங்கும் அவரது வாரன் ரோடு வீட்டில் அவரது அறையில்தான். மாலையில்தான். யாரும் தொந்தரவு செய்யமாட்டார்கள். எப்போதாவது கே.பி. அவர்களின் தனிப்பட்ட உதவியாளர் மோகன் வருவார். இடையில் ஒரு முறை சூப் வரும். அப்போது அவரிடம் எடுத்த பேட்டியின் சுருக்கம்தான் இந்தப் புத்தகம். அவரது ஆரம்பகால வாழ்க்கை, நாடகங்கள் மற்றும் திரைப்பட பிரவேசம் குறித்து அவரே சொல்லச் சொல்லக் கேட்டு எழுதப்பட்டவை.

ஒரு குறிப்பிட்ட நேரம் அவர் 'பொய்' திரைப்படம் எடுக்கும் வேலையில் இறங்கிவிட்டதால் சந்திப்பு நின்றுபோனது. அதன்பின் தொடரவில்லை. அதன்பின் ஒன்றிரண்டு பொது நிகழ்ச்சிகளில் சந்தித்தபோது, எப்போது தொடரலாம் என்று கேட்டதற்கு, 'செய்யலாம் செய்யலாம்' என்று சொன்னார். ஆனால் அதற்கான வாய்ப்பு அமையவே இல்லை.

ஆண்டுகள் பல ஓடிவிட்டன. டிசம்பர் 2014ல் மறைந்துவிட்டார். அவர் மறைவின்போது சன் நியூஸ் தொலைக்காட்சி அவரது இறுதி ஊர்வலத்தை நேரடி ஒளிபரப்பு செய்தது. அது சமயம் நிலையத்துக்கு அழைத்தும், தொலைபேசி வாயிலாகவும் அவருடன் பழகிய, பணியாற்றிய பலரிடமும் பேட்டி எடுத்தார்கள். அப்போது நிகழ்ச்சியை நடத்திய திரு. பாலவேல் தொலைபேசி வாயிலாக என்னிடம் கே.பி.யின் படங்கள் பற்றிக் கேட்டார். நான் என் பார்வையைச் சொன்னதுடன் அவருடன் அமர்ந்து அவரது வாழ்க்கை வரலாறு எழுதிய அனுபவத்தைப் பற்றியும், எழுதி ஆயத்தமாக

இருந்த அவரது ‘ஒரு கால கட்டம் வரையிலான வாழ்க்கை வரலாறு’ பற்றியும் குறிப்பிட்டேன்.

அதற்கு பாலவேல், அந்தப் புத்தகத்திற்கு தானும் அவரைப்போல பாலசந்தர் அவர்களின் ரசிகர்கள் பலரும் காத்திருப்பதாக சொன்னார். அப்போதுதான் எனக்கு எழுதியது வரையிலான, என் புத்தக அலமாரியில் பத்து ஆண்டுகளுக்கும் மேலாக உறங்கிக் கொண்டிருந்த, கே.பி. அவர்களே சொல்லிய, அவர் பற்றிய தகவல்களைத் தமிழ் மக்களுடன் அவசியம் பகிர்ந்துகொள்ள வேண்டும் என்ற எண்ணம் வந்தது.

கே.பி. எவ்வளவு பெரிய படைப்பாளி! அவரே அவரைப் பற்றியும் அவரது அந்தக் கால எண்ணங்கள் மற்றும் பார்வை குறித்தும் சொல்லியவை இவ்வளவு இருக்கிறதே. இதை நான் மட்டும் தெரிந்துகொள்ளவா அவர் சொன்னார்! அவரது வாழ்க்கை பற்றித் தெரிந்துகொள்ள, அவரது ஆர்வங்கள், முயற்சி, உழைப்பு. வெற்றிகள் மற்றும் மேன்மை குறித்து உலகம் அறிந்துகொள்ள என்னிடம் இருக்கும் அரிய தகவல்களைக் கட்டாயம் பதிவுசெய்ய வேண்டும் என்று நினைத்தேன்.

இயக்குனர் இமயம் அவர்களுடன் தனி ஒருவனாக, நேருக்கு நேர், தனிமையில் எத்தனை நாட்கள் எத்தனை மணிநேரங்கள்! யாருக்குக் கிடைக்கும் இந்த வாய்ப்பு. அப்படிப்பட்ட அரிய வாய்ப்பை உருவாக்கிக் கொடுத்த திருமதி புஷ்பா கந்தசாமி அவர்களுக்கும், அவர்களுக்கு என்னை அறிமுகப்படுத்திய என் இளவல், இயக்குனர் வஸந்த் அவர்களுக்கும் என் நெஞ்சார்ந்த நன்றிகள்.

இதில் இருக்கும் தகவல்கள் பலருக்கும் அரியனவாகவும் சில புதியனவாகவும் இருக்கும். முக்கியமாக மிகச் சரியாக இருக்கும். அதில் எந்த ஐயமும் வேண்டாம்.

நன்றி.

சோம. வள்ளியப்பன்

அபிராமபுரம்
18.05.2016

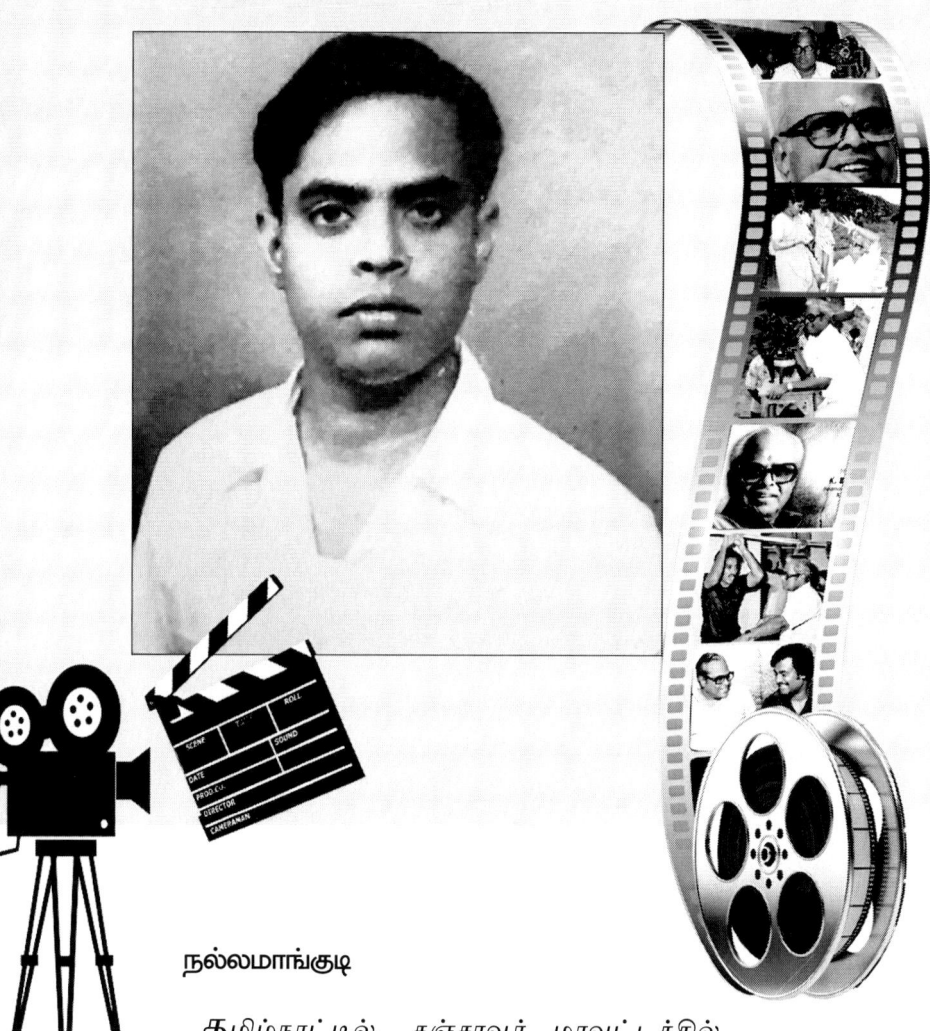

நல்லமாங்குடி

தமிழ்நாட்டில், தஞ்சாவூர் மாவட்டத்தில் நன்னிலம் அருகில் உள்ள ஒரு மிகச்சிறிய ஊர் நல்லமாங்குடி. அதுதான் கே.பாலசந்தர் அவர்கள் பிறந்த ஊர். இப்பொழுது அந்த ஊர் கொஞ்சம் வளர்ச்சியடைந் திருக்கலாம்.

பாலசந்தர் பிறந்தது 1930-ம் ஆண்டு. அப்பொழுது நாடு அடிமைப்பட்டுக் கிடந்தது. வெள்ளைக்காரர்கள் சுதந்திரமாக ஆண்டு கொண்டிருந்த காலம். நாடு வளர்ச்சியும் கண்டிருக்கவில்லை.

வருடத்தில் ஆறு மாதங்களுக்கு குறைவில்லாமல் 'காவேரி' வந்து கொண்டிருந்த காலம். அதைப் பற்றிய பேச்சுக்களும் பிரச்சனைகளும் இல்லாத காலம். கோடை காலத்தில் மட்டும் ஆற்று நீர் வற்றி, மணற்பரப்பாக காட்சியளிக்கும்.

ஊரில் ஒன்றுக்கு நான்கு கோவில்கள். கடைகளும் அதே எண்ணிக்கையில்தான். ஒரு மளிகைக்கடை, ஒரு டீக்கடை, ஒரு சலூன்... அப்புறம் வேறு ஏதோ ஒன்று. ஜவுளி வாங்க வேண்டுமென்றால்கூட நன்னிலம் அல்லது திருவாரூர்தான் போக வேண்டும்.

நெல் விளையும் பூமி. ஊரில் எங்கு பார்த்தாலும் பச்சை பசேல் என்று இருக்கும். நல்ல விளைச்சல். ஆனால் Luxury கிடையாது. கொஞ்சம் வீடுகள்தான். அதில் ஒரு அக்ரஹாரம்.

கைலாச அய்யர்

கைலாச அய்யர்தான் நன்னிலத்தின் கிராம 'முன்சீப்.' அவர் மனைவி காமாட்சியம்மாள். அவர்களுக்கு முதலில் பிறந்தது ஒரு பெண் குழந்தை. அடுத்ததும் பெண்தான். இரண்டு பெண் குழந்தைகள் ஆகிவிட்டதே... இனி பெண் குழந்தைகள் போதும் என்று எண்ணி, யாரோ சொன்னதைக் கேட்டு இரண்டாவது பெண் குழந்தைக்கு 'மங்களம்' என்று பெயர்கூட வைத்தார்கள். நிச்சயம் அடுத்து ஒரு ஆண் குழந்தைதான் வேண்டுமென்று அவர்கள் முருகனை மனமுருகி வழிபடுகிறார்கள்.

கைலாச அய்யர் இதற்காக வீட்டிலேயே ஒரு முருகன் சிலையினைப் பிரதிஷ்டை செய்து தினந்தோறும் கும்பிட்டு வருகிறார். அடுத்து ஒரு ஆண் குழந்தை பிறக்கிறது. அதற்கு பாலசுப்ரமணியன் என்று சந்தோஷமாக முருகன் பெயரையே வைக்கிறார்கள்.

அடுத்து ஒரு பெண். அதற்கு பின்தான் பாலசந்திரன் பிறக்கிறார். ஆம்... அப்பொழுது கே.பாலசந்தரின் பெயர் பாலசந்திரன்தான்.

பாலசந்தருக்கு அடுத்து ஜெயம் என்ற நான்காவது பெண் குழந்தை. பாலசந்தரின் ஒரே தங்கை.

அந்தக் காலத்தில் பெரும்பாலானவர்கள் வீடுகளில் குழந்தைகளின் எண்ணிக்கை இப்படித்தான் இருந்தது.

பூர்வீக சொத்தாக ஒரு பெரிய ஓட்டு வீடும் கொஞ்சம் நிலமும் இருக்கிறது. அரசாங்க சம்பளம் மாதம் ரூ.18 வருகிறது. கைலாச அய்யர் படு நேர்மை. பிறத்தியார் காசுக்கு ஆசைப்படவே மாட்டார். சம்பளம் மட்டுமே அவரது வருமானமாக இருந்தது. கஷ்டப்பட்டு முன்னுக்கு வந்தவர். அதனால்தானோ என்னவோ எல்லோரிடமும் அதே 'டிசிப்பிளினை' எதிர்பார்த்தார்.

சிங்கத்தோடு குடித்தனம்

கைலாச அய்யர் அந்த காலத்து 'மெட்ரிக்குலேஷன்' படித்தவர். தனது ஆங்கில அறிவு பற்றி அவருக்கு மிகவும் பெருமை. தனது

அறிவை சந்தர்ப்பம் கிடைக்கும்போதெல்லாம் அவர் சந்தோஷமாய் வெளிக்காட்டுவார். பல சமயங்களில் அதற்கான சந்தர்ப்பங்களையும் தானே வலிந்து உருவாக்கியும் கொள்ளுவார்.

இப்பொழுதும் நடப்பதுபோல, மாவட்ட கலெக்டர் நடத்தும் 'ஜமாபந்தி' அப்போதும் நடைபெறும். கலெக்டரின் கீழ் *300, 400* கிராமங்கள்வரை கூட இருக்கும். கிராம நிர்வாகிகளான 'கர்ணமும், முனிஷீப்பும்' தங்கள் கிராம கணக்கு வழக்குகளை ஜமாபந்தியில் சமர்ப்பிக்க வேண்டும். கிராம நிர்வாகத் திட்டங்கள் பற்றி அங்கு பேசவேண்டும்.

வெள்ளைக்காரன் காலம், கலெக்டர், சப்-கலெக்டர் முன் பல முன்சீப்கள் பேசவே தயங்குவார்கள். ஆனால், கைலாச அய்யர் கதையே வேறு. இந்த சந்தர்ப்பத்துக்காகவே காத்திருந்தவர் போல, அடித்துத் தள்ளுவார் சரளமான ஆங்கிலத்தில்.

ஆம்... பெரிய பெரிய கடினமான ஆங்கில வார்த்தைகளாய் சிரத்தையாய் தேடியெடுத்து தெரிந்துகொண்டு போய் அனாயசமாகப் பேசுவார். பேசி அசத்துவார்.

"நான் பேசுறேன்... அவன் முழிக்கிறான், அந்தக் கலெக்டர்" என்று வீட்டில் வந்து கிண்டலும், கேலியுமாய் மனைவியிடம் அதைப் பற்றி பெருமையடித்துக் கொள்ளுவார். (அப்பொழுதெல்லாம் *ICS* கலெக்டர்கள் தான்). இதையெல்லாம் சிறுவன் பாலசந்திரன் பார்த்திருக்கிறான்.

நேரம் கிடைக்கும் போதெல்லாம் கைலாச அய்யர் உட்கார்ந்து எதைப் பற்றியாவது ஆங்கிலத்தில் எழுதுவார். பின்பு வாசல் திண்ணையில் உட்கார்ந்துகொண்டு போகிறவன், வருகிறவனையெல்லாம் கூப்பிட்டு தான் எழுதியதை சத்தமாய்ப் படித்துக் காண்பிப்பார்.

அவர்களில் பலருக்கு அவர் படிப்பதில் ஒரு அட்சரம்கூடப் புரியாது. கவலைப்படமாட்டார். அதனால் இவரைப் பார்த்ததுமே பலரும் ஒதுங்கி ஓரமாய் போய்விடுவார்கள். 'இங்கிலீஷில்' பேசுவார் என்ற பயம். 'அப்பா இப்படிப் பண்ணுகிறாரே... இவ்வளவு வெகுளியாய் இருக்கிறாரே' என்று சிறுவன் பாலசந்திரன் மனதில் எண்ணங்கள் ஓடும்.

"வெள்ளைக்காரன் நல்லாத்தான் ஆட்சி பண்றான். காங்கிரஸ்காரங்கதான் வெட்டியாய் கலகம் பண்றாங்க... சுதந்திரம் கிடைச்சா... சரியா ஆளத்தெரியாம இந்த தேசத்தைக் குட்டிச்சுவர் பண்ணிடுவாங்க" என்பது கைலாச அய்யரின் தீர்மானமான எண்ணம். எண்ணியதை மனதோடு வைத்துக் கொள்ளமாட்டார். அவர் தான் நினைத்ததை வெளிப்படையாக பேசும் குணமுடையவராயிற்றே. பலரிடமும் இது பற்றி வெளிப்படையாக பேசுவார். இவர் இப்படி 'எக்கணம் கெட்டாப்ல' பேசுகிறாரே என்று மனைவி அடிக்கடி சலித்துக் கொள்வார்.

மனதுக்குள்ளாகவே சலித்துக்கொள்ள வேண்டியதுதான். பின்னே, 'அவரிடம் வீட்டில் யாரும் எதிர்த்துப் பேசிவிட முடியுமா என்ன?'

வீட்டில் அவர் வைத்ததுதான் சட்டம். யார் பேச்சும் கேட்கமாட்டார். தான் நினைத்ததைத்தான் செய்வார். 'பிள்ளைங்கன்னா நல்லாப் படிக்கணும், உத்யோகத்துக்குப் போகணும்... நல்லா சம்பாதிக்கணும்' என்பதில் மிகத் தெளிவாய் இருந்தார்.

இதையே அடிக்கடி வெளிப்படையாய்ச் சொல்வார். மூத்த மகன் பாலசுப்ரமணியத்தை படிக்க வைத்தார். நன்கு படிக்கக்கூடிய பாலசுப்ரமணியம் என்ன காரணத்தாலோ, 'இண்டர்மீடியேட்'டில் 'பெயில்' ஆகிவிட... பெயிலானதை மீண்டும் எழுதிப் பாஸ் பண்ண 6 மாதம் காத்திருக்க வேண்டியதாகிவிட்டது. 'Come September' என்பார்கள் அதை அந்தக் காலத்தில்.

மூத்த மகன் அந்த செப்டம்பர் தேர்வுக்கு தயாராகிக் கொண்டிருக்கையில் தந்தை கைலாச அய்யர் செய்தித்தாளில் ஒரு விளம்பரம் பார்த்திருக்கிறார். அதில், திருச்சி பொன்மலை ரயில்வே 'வொர்க் ஷாப்'பில் வேலைக்கு ஆள் கேட்டிருக்கிறார்கள். "இப்பொழுது சும்மாதானே இருக்கிறாய். போட்டுப்பார். அது தற்காலிக வேலைதானே" என்று சொல்ல... அவரும் விண்ணப்பிக்க... வேலை கிடைத்து விடுகிறது.

வேலை கிடைத்து, திருச்சி போனபின் அந்த வேலை கவனத்தினால் அடுத்து வந்த செப்டம்பர் மாதமும், தொடர்ந்து வந்த மற்ற மாதங்களும் கூட அவர் கவனத்தில் இல்லாமல் போய்விடுகின்றன.

இப்படியாக தன் பிள்ளைகள் பெரிய படிப்பு படிக்க வேண்டும் என்ற கனவு மூத்த மகனின் 'டிகிரி' விஷயத்தில் நிறைவேறாமல் போய்விட்டதில், கைலாச அய்யருக்கு ஏமாற்றமும், வருத்தமும் ஏற்பட்டிருக்க வேண்டும். அதனால் அடுத்த மகனை, அதாவது நமது பாலசந்தரை எப்படியாவது பெரிய படிப்பு படிக்க வைத்து விடுவது என்று தீர்மானமாக முடிவு செய்திருப்பார் போலும்.

விளையாடுவது, அரட்டையடிப்பது போன்ற எந்த பொழுதுபோக்கு விஷயமும் கூடாது. அவை தன் மகனின் படிப்பைக் கெடுத்துவிடும் என்று அவர் தீர்மானமாக நம்பினார். அதனால் அவருக்கு, எப்பொழுதும் 'பாலு தன் கண்ணெதிரிலேயே இருக்கவேண்டும், புத்தகத்தை வைத்துக்கொண்டு படித்துக்கொண்டேயிருக்க வேண்டும்' என்று கட்டாயப்படுத்தினார். இதுதான் அவருடைய மிகப்பெரிய ஆசையாக இருந்திருக்கிறது. தன் அண்ணனைவிட பாலசந்தர் 6 வருஷம் இளையவர். சின்னப் பையனாய் இருந்த காலத்திலிருந்தே அப்பாவின் கெடுபிடிகள் அதிகமாயிருந்தது.

ஐந்தாம் வகுப்பு வரை ஒரு பள்ளி. (பிரைமரி ஸ்கூல்) பின்பு தற்போதைய ஆறாம் வகுப்பு. அதை 'பர்ஸ்ட் பாரம்' என்பார்கள். ஏழு என்பது 'செகண்ட் பாரம்' அதுபோல, ஐந்தாம் பாரம் வரை பள்ளிப்படிப்பு. அதாவது தற்போதைய பத்தாவது வரை.

நாலாவது பாஸ் பண்ணிய பாலசந்திரனை, ஐந்தாவது படிக்க வைக்காமலேயே முதல் பாரத்தில் சேர்க்க முயற்சித்திருக்கிறார். பையன் சூட்டிகையும், படிப்பும் நன்றாக இருந்ததால் 'டபுள் புரமோஷனில்' 5-வது படிக்காமலேயே முதல் பாரத்தில் சேர்க்க முடிந்திருக்கிறது.

மகனுக்கு 'டபுள் பிரமோஷன்' கிடைத்ததும், தந்தைக்கு பெருமை பிடிபடவில்லை. "எம்புள்ள டபுள் புரமோஷன் வாங்கிட்டான்", "எம்புள்ள டபுள் புரமோஷன் வாங்கிட்டான்" ஏன்று தம்பட்டம் அடிக்காத குறைதான். அதில் அவருக்கு அவ்வளவு பெருமையும் சந்தோஷமும்.

கணக்கா ஆளைவிடு

பையன் பரவாயில்லை படுசுட்டிகை என்று டபுள் புரமோஷன் கொடுத்துவிட்டார்கள். ஐந்தாவது படிக்காமலேயே ஆறாவது - (முதல் பாரம்)- சேர்ந்தாயிற்று. தந்தைக்கு என்னவோ அதைப் பற்றி பெருமைதான். ஆனால், சிறுவன் பாலசந்திரன் நிலைமை வேறு மாதிரியிருந்தது.

மற்ற பாடங்களை சமாளித்து விட்டாலும் இந்த கணக்குப் பாடம் கொஞ்சம் கூடுதலாகவே தண்ணி காட்டியது. நடுவில் ஒரு

'கிளாசு' படிக்காமல் வந்துவிட்டதால், கணக்கு பாடம் தொடர்ந்து தொந்திரவாகவே இருந்திருக்கிறது.

அதே சிரமம் பள்ளி இறுதி வகுப்பு வரை தொடர்ந்திருக்கிறது. இந்தக் கணக்குப் பாடத்தாலேயே... பள்ளி இறுதித் தேர்வில் தேறாமல் போய்விடுவோமோ என்று கவலையே வந்துவிட்டது.

இந்த பிரச்சனையும், பயமும் தொடர்ந்து வந்ததால், கல்லூரிப் படிப்பில், இந்தக் கணக்குப் பாடத்தை எப்படியாவது தவிர்த்துவிட வேண்டும் என்ற எண்ணமும் வந்திருக்கிறது.

நேச்சுரல் சயின்ஸ் எனப்படும் உயிரியல் எடுத்தால் என்ன? அதில் கணக்கு கிடையாதாமே! மேலும், நாமும் நன்கு படித்து ஒரு கௌரவமான டாக்டர் ஆகலாமே என்று *MBBS* மீதும் ஒரு கண் இருந்திருக்கிறது. ஒரு வழியாக பள்ளியிறுதி படிப்பு முடிந்து முதல் வகுப்பில் தேறியாயிற்று. ஆமாம். கணக்கிலும் பாஸ்.

சரி... இதுவரை ஒருவழியாக இந்தக் கணக்கை சமாளித்தாயிற்று. இனிமேல் அதனருகில் போகவே கூடாது என்பதில் தெளிவாக இருந்திருக்கிறான் பாலசந்திரன். அதனால், 'இன்டர்மீடியேட்'டில் கெமிஸ்ட்டிரி (வேதியியல்), *Physics* மற்றும் *Natural Science* எனப்படும் *Botony* (தாவரவியல்), *Zoology* (விலங்கியல்) முதலிய பாடங்களை எடுத்தாயிற்று. அப்பாடா! இனி கணக்குப் பாடம் வாழ்க்கையில் கிடையவே கிடையாது என்றானதில் மனதில் பெரும் நிம்மதி வந்திருக்கிறது.

'மார்க் எடுக்க, பிரெஞ்ச் எடுங்க'

பள்ளிக்கூடத்தில் தொடக்கத்தில் இருந்தே ஆங்கிலம் தவிர, கற்ற வேறொரு மொழிப்பாடம் சமஸ்கிருதம்தான். தந்தை பார்த்து சேர்த்தது அது. அதனால் படிக்க வேண்டியதாகிவிட்டது. அவ்வளவுதான். மற்றபடி அந்த மொழியின் மீது பெரிய ஈடுபாடு என்று ஏதுமில்லை. அதுதவிர... சமஸ்கிருத மொழியில் மற்றவர்களோடு பேசு வதற்கும் வாய்ப்பில்லாமல் இருந்ததால், அதன் மீது ஒரு நாட்டம் என்பது எப்பொழுதுமே வரவேயில்லை.

பள்ளிப் படிப்பு முடிந்து கல்லூரிக்கு இன்டர்மீடியேட் போனதும் ஏற்கெனவே தமிழ் படித்திருக்காததனால் வேறு வழி தெரியாமல் மீண்டும் சமஸ்கிருதமே எடுக்க வேண்டியதாயிற்று.

சமஸ்கிருதத்தின் வரிவடிவம் ஹிந்தியில் இருந்தது. இன்டர்மீடியேட்டில் படிக்க அதிக விஷயங்கள் இருந்தன. அதுவுமில்லாமல், இன்டர்மீடியேட்டில் நல்ல மதிப்பெண்கள் எடுத்தால் தான் மருத்துவம் படிக்க வாய்ப்பு கிடைக்கும்.

அப்பொழுது உடன் படித்த மாணவர்கள் சொன்னார்கள், "பிரெஞ்சு மொழி எடுத்துக்கோ... அதில சுலபமா 'ஸ்கோர்' பண்ணலாம்."

இன்டர்மீடியேட் இரண்டாண்டு படிப்பு (+2 போல), அதில் ஓராண்டு முடிகிறது. இப்பொழுது போய் இரண்டாமாண்டில் பிரெஞ்சுக்கு மாற விடுவார்களா? மாட்டார்கள். ஆனால், எதையும் முனைந்து முடிக்கும் இளைஞன் பாலசந்தர், அது சமயம் பிரெஞ்ச் பாடம் எடுத்துக் கொண்டிருந்த ஆசிரியரை இது விஷயமாய்ச் சந்திக்கிறார்.

அந்த பிரெஞ்சு மொழி சொல்லித்தரும் ஆசிரியர், பாண்டிச்சேரியிலிருந்து தினம் வந்து போவார். அவர் 'பாலசந்தரால் படிக்க முடியும்... அவரை இரண்டாமாண்டில் பிரெஞ்சில் சேர்த்துக்கொள்ளலாம்' என்று பல்கலைக்கழக துணை வேந்தருக்கு ஒரு அனுமதி கடிதம் கொடுக்கிறார். அப்பொழுது திரு. ரத்தினசாமி என்றொரு துணை வேந்தர் (Vice Chancellor). மிகச் சிறப்பானவர், அவர், மாணவர் பாலசந்தரை அழைக்கிறார்.

"என்னப்பா நீ இரண்டாமாண்டில் போய் 'லாங்குவேஜ்' மாறுகிறாயே! ஏன் 'பிரெஞ்ச்' எடுக்க விரும்புகிறாய்?" என்று கேட்கிறார். என்ன வென்று அவரிடம் சொல்வது? உண்மையைச் சொல்லவா முடியும்!

"உலக மொழி (World Language) ஒன்று கற்றுக்கொள்ளவேண்டும். என்பதற்காகத்தான்."

பாலசந்தரிடமிருந்து சரளமாய், உடனடியாய் பதில் வருகிறது. ஆனால், ரத்தினசாமி அவர்களா விடுவார்!

"ஓகோ! அப்படியென்றால் முதலாண்டில் ஏன் சமஸ்கிருதம் எடுத்தாய்?" அதற்கும் படாரென வந்தது பதில் பாலசந்தரிடமிருந்து.

"எங்க அப்பாதான் எடுக்கச் சொன்னார்" பிரச்சனைக்கு முற்றுப்புள்ளி வைத்து விட்டதாக நினைப்பு.

"ஓ... அப்படியா? சரி. அப்படியென்றால், பிரெஞ்சுக்கு மாற்றிக்கொள்ள சம்மதம் என்று உன் தந்தையிடமிருந்து ஒரு கடிதம் கொண்டு வா."

இதோடா... இவர் விடமாட்டார் போலிருக்கிறதே! இருந்தாலும் இனி வேறு வழியில்லை என்று நினைத்து, தந்தைக்கு விரிவாய் கடிதம் எழுதி, அனுமதிக் கடிதம் பெற்று, கொடுத்து... ஒரு வழியாய் பிரெஞ்சில் சேர முடிந்தது. அதென்னவோ தெரியவில்லை. பிரெஞ்ச் அத்தனை சுலபமாய்ப் புரிந்தது. பின்பு படித்த பிஎஸ்சியிலும் கூட பிரெஞ்சில் முதல் வகுப்பில் தேர்ச்சிபெற முடிந்தது.

பூர்வீக சொத்துக்கள் வீடும், நிலமும் இருந்தாலும் அவருடையது நடுத்தர வர்க்க குடும்பம்தான். வெகு காலத்துக்கு வீட்டில் மின்சார விளக்குகூட கிடையாது. ஆனால், கைலாச அய்யர் படிப்புக்கு செலவு செய்ய அஞ்சவே மாட்டார்.

1940-களிலேயே தன் மகன்களை வெளியூர் அனுப்பி, 'ஹாஸ்டலுக்குப் பணம் கட்டி, டிகிரி படிப்பு படிக்க வைத்து, பட்டமும் வாங்க வைக்க வேண்டும்' என்று பெரிதும் ஆசைப்பட்டார்.

ஆனால், செலவு படிப்புக்குத்தான். மற்றதுக்கு கிடையாது. கமர்கெட், குழந்தைகள் மிகவும் விரும்பும் ஒரு மிட்டாய். அதன் விலை அரையணா (3 நயா பைசா), திரைப்பட டிக்கட் ஒரு அணா (6 நயா பைசா). இதற்கெல்லாம் கூட திரும்பத் திரும்ப அவரிடம் கேட்க வேண்டியிருக்கும். சமயத்தில் தாயாரின் சிபாரிசுக்குப் பிறகுதான் இவை கிடைக்கும். சிறுவன் பாலசந்திரனுக்கு இரு சக்கரசைக்கிள், 'புல் பேண்ட்', முதலியவற்றின் மீது அதிக ஆசை. கேட்டுக் கேட்டுப் பார்த்து பாலசந்திரன், கடைசியாக சைக்கிள் சொந்தமாய் பெற்று விடுகிறான். எப்பொழுது தெரியுமா?

கல்லூரிப் படிப்பு முடித்து, பின்பு முத்துப்பேட்டைப் பள்ளியில் ஒரு வருடம் ஆசிரியர் வேலை பார்த்துவிட்டு அடுத்த வேலைக்கு மாறி சென்னையில் AGS அலுவலகத்தில் வேலைக்கு சேர்ந்ததும் தான்.

ஆம். ஒரு சைக்கிளை தனது சொந்த சம்பாத்தியத்தில்தான், அதுவும் இரண்டாவது வேலையில்தான் பாலசந்தரால் வாங்க முடிந்திருக்கிறது. அதுவரை! 'ஹவர் சைக்கிள் (மிதிவண்டி வாடகைக்கு விடும் இடங்கள்) கடைகளில் கிடைக்கும் பழைய சைக்கிள் சக்கரத்தின் 'ரிம்'களை எடுத்துக்கொண்டு வந்து அதை ஓடவிட்டு, குச்சியால் லாவகமாக பிடித்துக்கொண்டே போவதன் மூலம் ஆசையை நிறைவேற்றிக் கொண்டிருக்கிறான்.

சிறுவன் பாலசந்திரன் தனக்கு 'இது வேண்டும், அது வேண்டும்' என்று எதையுமே தந்தையிடம் நேரிடையாக கேட்க முடியாது. எல்லாம் அம்மாவிடம் சொல்லி, அவர் கேட்டுத்தான் பெற முடியும். அதுவும் கேட்டதில் சிலவற்றை மட்டும்தான்.

கைலாச அய்யர் கௌரவமாய் வாழ்ந்தவர். அவர் வீட்டு வாசலில் கோவிலில் இருந்து வரும் புறப்பாட்டுச் சாமி நிற்கும். கைலாச அய்யருக்கு சங்கீத ஞானம் உண்டு. எங்கே சுற்று வட்டாரத்தில் கச்சேரி நடந்தாலும் நடந்தே போய்விடுவார். அது 10 மைலாக இருந்தாலும் சரி. பொதுவாக அவர் எல்லா இடங்களுக்குமே நடந்துதான் போவார். நல்ல உழைப்பாளி. கெச்சலான உடம்பு. சாகும் வரை ஆரோக்கியமாக இருந்தார்.

'செம்பை சீனுவாச அய்யர்' பெரிய சங்கீத வித்வான். அவர் நன்னிலம் வந்து கச்சேரி செய்தால், அங்கு அரங்கத்தின் முன் வரிசையில் கைலாச அய்யரின் முகத்தைத் தேடுவார்.

பார்த்துவிட்டால்தான் திருப்தி. ஏனென்றால் கைலாச அய்யர் அவ்வளவு சிறந்த 'கிரிட்டிக்'. அன்றைய கச்சேரி எப்படி என்பதை அலசி ஆராய்ந்து சரியாகச் சொல்லிவிடுவார்.

மனைவியோடு உட்கார்ந்து ஆசையாய் பேசுவதோ, வெளியில் அழைத்துச் செல்வதோ, குழந்தைகளை அழைத்துக்கொண்டு போய் ஏதாவது வாங்கிக் கொடுப்பது என்பதெல்லாம் அவரிடம் கிடையாது.

மனதுக்குள் 'பொறுப்பு' பற்றி நிறைய நினைப்பிருந்தாலோ என்னவோ எப்பொழுதும் சற்று விரைப்பாகவேதான் இருப்பார்.

பாலசந்திரன்

கைலாச அய்யர் அப்படியென்றால் மகன் பாலசந்திரனின் குணாதிசயமே வேறு. நல்லமாங்குடி சின்ன ஊர். இன்றைக்கு இருப்பதுபோல தொலைக்காட்சி, வானொலி, எஃப்.எம்., செல்போன் (ஏன் வெறும் 'போன்' கூட) பலவித தினசரி 'பேப்பர்'கள் எதுவுமே இல்லாத காலம்.

வீடு, அக்கம் பக்கத்து நண்பர்கள், ஆற்றங்கரை, பள்ளிக்கூடம், அவ்வளவுதான் அவன் உலகம். புற உலகம் என்பது இவ்வளவுதான். நன்னிலத்தில் ஒரு திரையரங்கம் உண்டு. திருவாரூருக்கு கோடை காலங்களில் 'டூரிங் (Touring) டாக்கிஸ்' வரும்.

கண் பார்த்ததை கை செய்யும்

பாலசந்திரன் படுசுட்டி, படுபுத்திசாலி, 'கண் பார்த்ததை கை செய்யும்' திறமைசாலி. இன்ன வேலைதான் என்றில்லை. எல்லாவற்றிலும் ஓர் ஈடுபாடும், செய்து முடிக்கும் திறமையும் இருந்தது அவனுக்கு. மழை பெய்யும் சமயத்தில் அவர்கள் வீடு ஒழுகும். அப்பா வீட்டில் இல்லையா, (அது ரொம்ப முக்கியம்) 'மடமட' வென்று வீட்டின் மேல் கூரைக்கு ஏறிவிடுவான். ஒழுகும் இடத்தைக் கண்டுபிடித்து ஓடுகளை தானே அழகாய் மாற்றிவிட்டு கீழிறங்கிவிடுவான். அம்மாவும் சகோதரிகளும் "வேண்டாம்டா... பார்த்து, பார்த்து... வழுக்கப்போவுது" என்று பதறுவார்கள். நொடியில் வேலையை கச்சிதமாய் முடித்து விடுவான்.

தான் பள்ளிக்கு உடுத்திக்கொண்டு செல்லும் துணிகளுக்கு, எட்டுப் பத்து வயதிருக்கையிலேயே தானே 'அயர்ன்' செய்து கொள்ளும் திறமையிருந்தது. தற்போது உள்ளதுபோல, 'அயர்ன் பாக்சை' எடுத்து, பிளக்கைச் சொருகினால்' போதும் என்பது போன்ற சுலபமான 'அயர்ன் பாக்ஸ்' இல்லாத காலம்.

அடுப்புத் தணலை எடுத்து, அதை ஒரு தட்டையான பாத்திரத்தில் போட்டு, கனமான துணிகளை கீழே விரித்து, அதன்மேல் தன் துணிகளைப் போட்டுத் தேய்த்து... சலவைக் கடையில் செய்யப்பட்ட அதே நேர்த்தியுடன் 'இஸ்திரி' செய்து விடுவான்.

வீட்டின் கொல்லைப் பக்கம் (பின்புறம்) யாரோ குடியானவன் வந்து ஏதோ மண் வேலை செய்து கொண்டிருப்பான். அப்பொழுது சிறுவன் பாலசந்திரன் கவனம் முழுவதும் அந்த வேலையில்தான் இருக்கும். தானும் அங்கு கிடக்கும் ஏதோ ஒரு உபகரணத்தை எடுத்துக்கொண்டு கூடவே ஏதாவது வேலை செய்வான். வெட்டுவான், பறிப்பான். ஒருமுறை வீட்டின் பின்புறம் துளசி மாடம் ஒன்றை தம்பியே கட்டிய திறன் கண்டு, 'கத்துண்டாப்ல... எல்லா வேலையும்' இவன் எப்படி செய்கிறான் என்று சகோதரிகள் மாய்ந்து போனார்கள்.

சப்பரம் (மரத்தாலான சிறிய தேர்) கட்டுவது, ஆசாரி வேலை (மரவேலை), பட்டறை வேலை (இரும்பு வேலை), கொல்லத்து வேலை (மண் வேலை) எல்லாம் மிகச் சுலபமாய் அப்படியே செய்யும் சாமார்த்தியம் சிறுவனிடம் அபரிதமாய் இருந்தது.

யாரும் சொல்லிக் கொடுத்தது இல்லை. போய்க் கற்றுக் கொண்டதுமில்லை. மற்றவர் செய்வதைப் பார்ப்பது, பின்பு அதற்கான உபகரணங்களை தானே செய்து கொள்வது, எதையும்...

இவற்றைப் பற்றியெல்லாம் எல்லா சகோதரிகளுக்கும் பெருமை. அப்பாவிடம் எடுத்துச் சொல்வார்கள். அவரோ, இவற்றில் எதைப் பற்றியும் கொஞ்சம்கூட பாராட்டாமல்... மேலும் மேலும் திட்டுவார். "இதையெல்லாம் ஒண்ணும் கிழிக்க வேணாம். அவனை ஒழுங்காகப் படிக்கச் சொல்லுங்க", பாலசந்திரன் விஷயத்தைப் பொறுத்தவரை எதற்கும் இதுதான் தந்தையின் 'ஸ்டாண்டர்ட்' பதிலாக இருக்கும்.

சிறுவன் பாலசந்திரன் ஒரு நாளும் சோம்பியிருந்ததில்லை. எந்நாளும் பகலில் தூங்கவேமாட்டான். படு சுறுசுறுப்பு. ஏதாவது செய்து கொண்டேயிருக்க வேண்டும். பிறரைப் பற்றி வம்பு பேசுவதே அவனுக்குப் பிடிக்காது. சகோதரிகள் அப்படி எதாகிலும் பேசிக் கொண்டிருப்பதைப் பார்த்தால்கூட அவர்களையும் திட்டுவான்.

பாலசந்திரனுக்கு எட்டு வயது இருக்கும்பொழுது ஒருமுறை 'ஊதுகாமாலை' என்றொரு கடுமையான நோய் வந்தது. உடம்பெல்லாம் வீங்கி, பயங்கர அரிப்பெடுத்து, மிகவும் சிரமப்பட்டான். இப்பொழுது இருப்பதுபோல மருத்துவ வசதிகள் இல்லாத காலம். தென்னை மரக் குடியில் இருந்து ஒரு வைத்தியர் வந்து, 'சூர்ணம்' எல்லாம் கொடுத்தார். வைத்தியம் நாலு மாதம் நடந்தது. அந்த நாலு மாதமும் அந்த எட்டு வயது சின்ன பிள்ளைக்கு என்ன ஆகாரம் தெரியுமா?

உப்பில்லாத புழுங்கலரிசிக் கஞ்சி. ஆம். நாலு மாதமும் இதுவே... பிள்ளை அதைப் பற்றி எந்த வருத்தமும் இல்லாமல் சண்டித்தனம் பண்ணாமல், ஒழுங்காகச் சாப்பிட்டு நோய் குணமாகிப் பிழைத்தான். 'கடவுள்தான் இவனை திருப்பித் தந்திருக்கார்' என்று அவனைப் பெற்ற தாய்க்கும், சகோதரிகளுக்கும் அதற்கு பின்னால் பாலசந்திரன் மேல் பாசம் இன்னும் அதிகமானது.

நாலு பேர் நம்மை மதிக்கணும்

எவ்வளவு நேரம் படிப்பது? அதுவும் இல்லாமல் சிறுவனாக இருக்கும் பொழுதே பாலசந்தருக்கு சில ஆசைகள் தீவிரமாய் இருந்தன. தான் 'பாப்புலர் ஆகவேண்டும்' என்று எங்கேயோ மனதின் ஒரு மூலையில் இருந்து கொண்டேயிருந்திருக்கிறது. 'நாலு பேர் நம்மைப் பார்க்கணும், மதிக்கணும்' என்ற 'தேவை', உந்துதல் எப்பொழுதும் இருந்திருக்கிறது. அதனால் அதற்காக ஏதாவது செய்துகொண்டேயிருப்பதும் வழக்கமாயிருந்திருக்கிறது. To seek attention and impress.

ஆனந்த விகடன் போன்ற பத்திரிகைகளுக்கு ஏதாவது எழுதுவான். சிலது பிரசுரமாகும். பலவும் திரும்பி வரும். தான் அனுப்பிய 'மேட்டர்', தான் வீட்டில் இல்லாத பொழுது, திரும்பி வந்து, அது தந்தையின் கைக்குப் போய்விட்டால்! அவ்வளவுதான் பாலுவின் உடம்புத்தோல் உரிந்துவிடுமே! அதற்காக தபாலாபீசுக்கே நேரில் போய்... தனக்கு தபால் ஏதும் ரிட்டர்ன் ஆகியிருந்தால் கையோடு வாங்கி வந்துவிடுவான்.

மாறுவேடப் போட்டி

பள்ளியில் வருடத்திற்கு இரண்டு முறை எதற்காகவாவது விழாக்கள் நடக்கும். அதில் பல நிகழ்ச்சிகள் உண்டு. மாணவர்களும், ஆசிரியர்களும் பெற்றோரும் ஒன்றாய்க்கூடும் அந்த வாய்ப்பை தவறவிடவே மாட்டான். பாலசந்திரன் அதில் கலந்துகொள்ள ஆவலாய் ஒவ்வொரு முறையும் பெயர் கொடுத்து விடுவான். குறிப்பாய் மாறுவேடப் போட்டி பெயர் கொடுத்துவிட்டு அத்துடன் வேலை முடிந்தது என்று இருந்துவிடுவது அவன் வழக்கமல்ல.

அதற்கான தயாரிப்பை, நிகழ்ச்சிக்கு இரண்டு மாதங்கள் அளவு நேரம் இருந்தால்கூட, உடனேயே தொடங்கிவிடுவான். ஒரு முறை குடுகுடுப்பைக்காரன் வேஷம் போட்டான். அதற்கான பல்வேறு நிறத்திலான (தாய், சகோதரிகளின் பழைய) துணிகள் சேகரிப்பது அவற்றைத் தானே தேவையான மாதிரி வெட்டித் தைப்பது, குடுகுடுப்பைக்காரன் ஆட்டும் அந்த குடுகுடுப்பை கருவியை தானே செய்வது என்று, பெயர் கொடுத்ததில் இருந்து அவனுடைய முழுக் கவனமும் அதிலேயேதான் இருக்கும். எல்லாவற்றையும் தானே செய்யும் திறமையும், அதையே முழுமையாய் சிறப்பாய் செய்யும் கவனமும் இருந்திருக்கிறது.

வசனம் இல்லாமலா?

அப்போதெல்லாம் மாறுவேடப் போட்டியில் பொதுவாக ஏதும் வசனம் பேசக்கூடாது. மேடையின் ஒருபுறம் உள்ள படிக்கட்டுகள் வழியாக மேலே ஏற வேண்டும். எதிரில் மாணவர்களும், நடுவர்களாக சில ஆசிரியர்களும் திரளாக அமர்ந்திருப்பார்கள். அவர்களைப் பார்த்தபடி நடந்து, நடித்துக் காட்டிவிட்டு, மறுபக்கம் உள்ள படிக்கட்டு வழியாக உடன் இறங்கிவிட வேண்டும்.

அனைத்துப் போட்டியாளர்களும் அதேபோல நடந்து செல்ல... பாலசந்திரன் மட்டும் எப்பொழுதும் தான் தயாரித்திருந்த வசனத்தைப் பேசி நடித்துவிட்டுத்தான் இறங்குவான். 'நேரம் முடிந்துவிட்டது... வசனமெல்லாம் பேசக்கூடாது' போன்றவற்றைத் தெரிவிக்க நடுவர்களாக இருக்கும் ஆசிரியர்கள் மேஜை மேலிருக்கும் மணியை விடாமல் அடிப்பார்கள். பாலசந்திரன் அசந்தால் தானே!

எதையும் தான் வித்தியாசமாகச் செய்ய வேண்டும், முழுமையாகச் செய்யவேண்டும், அதனை மற்றவர்கள் கவனிக்கவேண்டும், பாராட்ட வேண்டும்... இதே துடிப்புத்தான், எந்நேரமும்.

நாடகங்கள்

எப்பொழுதாவது ஒருமுறை பள்ளியில் நடக்கும் சிறு மாறுவேடப் போட்டிகள் என்பது மட்டும் அவனுக்குப் போதுமானதாக இல்லை. வேறு என்ன செய்யலாம் என்று யோசித்து தெரு நண்பர்கள், முக்கியமாய் எதிர்வீட்டு நாகராஜன், இவர்களுடன் சேர்ந்துகொண்டு நாடகங்கள் போடத் தொடங்கினான்.

நாடகங்களுக்குத் தேவையான பொருட்கள், கிரீடம், அலங்காரம், உடைகள், மீசை முதலியவற்றைச் செய்வது மற்றும் 'இயக்கம்' பாலசந்திரன் பொறுப்பு. இவற்றைச் செய்வதற்காகத்தான் கடைக்கடையாய்... ஒன்றொன்றாய்... தானே பார்த்துப் பார்த்துச் செய்வான். இவையும் தந்தைக்குத் தெரிந்துவிடக்கூடாது. தெரிந்தால் போச்சு. இதற்கெல்லாம் வீட்டில் தந்தை தவிர மற்றவர்கள் ஒத்துழைப்பு அபரிமிதமாய் கிடைத்தது. அவர்களும் தந்தைக்குத் தெரியாமல் பாலு போடும் திண்ணை நாடகங்களை 'இண்டாலும்... இடுக்காலும்' ஓடிப்போய் பார்த்துவிட்டு வருவார்கள்.

'கேமரா உள்' என்று ஒரு அறை, வீட்டில் உள்ள ஒரு அறை, கூடத்தில், நாற்காலியில் அப்பா உட்கார்ந்திருப்பார், பாலுவுக்கு பாட்மிண்டன் விளையாடுவது பிடிக்கும். தாலுக்கா ஆபிஸ் 'கோர்ட்'டில் அவனுக்காக நண்பர்கள் காத்திருப்பார்கள்.

சாயங்கால நேரங்களில்தான் விளையாடப் போகவேண்டும். கூடத்தை தாண்டித்தான் வெளியில் போகமுடியும். கையில் பாட்மிண்டன்

மட்டையை எடுத்துக்கொண்டு அவரைத் தாண்டி எப்படி போவது? அப்பா விடுவாரா?

“பாட்மிண்டன்... ரொம்ப... முக்கியம்! போடா உள்ள” என்று கத்துவார். விடவே மாட்டார். என்ன செய்யலாம்?

தெருவில் நிற்கும் நண்பன் நாகராஜனை தெரு பக்கம் உள்ள அந்த ‘காமரா உள்’ அறையின் ஜன்னல் பக்கம் வரச்சொல்லி, அதன் வழியாக ராக்கெட்டை அவனிடம் கொடுத்துவிட்டு, ஒண்ணும் தெரியாதவன்போல பாலு சாதாரணமாய் வெளியில் நடந்து போய்விடுவான். இதுதான் டெக்னிக். இது பெரும்பாலான சமயங்களில் வெற்றி பெற்றிருக்கிறது.

இந்த ‘காமிரா உள்’ ஜன்னல் வழியாக என்ற டெக்னிக் பாட்மிண்டன் ராக்கெட்டுக்கு மட்டுமல்ல... நாடகத்துக்கான சேலை முதல் வேறு பல விஷயங்களையும் அப்பாவுக்குத் தெரியாமல் விளையாட எடுத்துச் செல்ல உதவியிருக்கிறது.

“பாலு எங்க?” என்று திடீரென்று நினைவு வந்தவராய், தந்தை கேட்க... “இங்கதானே உள்ளே இருக்கிறான்” என்று சமாளிப்பார்கள் சகோதரிகள். விளையாடிவிட்டு திரும்பிவரும் முறையும் இதுவே. பூனைபோல உள்ளே வந்துவிடுவான்.

சின்ன வயதில் பாட்மிண்டன் விளையாடும்பொழுது எட்டியதில், முட்டிக்காலில் ஜவ்வு கிழிந்துவிட்டது. ‘புட்பால், ஹாக்கியெல்லாம் இல்லாமல், பால் பாட்மிண்டனிலேயே காலை உடைத்துக்கொண்டு 15 நாள் படுக்கையில் இருந்தது உலகத்திலேயே நீ ஒருத்தன்தாண்டா’ என்று நண்பர்கள் கலாட்டா செய்வார்கள்.

தீபாவளி பட்டாசை காயவைத்த கதை

தீபாவளிப் பண்டிகை, கொஞ்சம் பட்டாசு வைத்திருக்கிறான் பாலு. விட்டு விட்டுப் பெய்த மழையாலும், ஓட்டு வீடு என்பதாலும் பட்டாசுகள் கொஞ்சம் நமுத்துப் போய்விட்டன. அவற்றில் உள்ள ஈரம் போனால்தானே பட்டாசு வெடிக்கும்! காய வைக்கலாமென்றால்,

வெயிலும் வரவில்லை. வானம் மந்தாரமாயிருக்கிறது. பாலுவின் மூளை வேலை செய்கிறது.

பட்டாசுகள் எல்லாவற்றையும் எடுத்து, தோசைக் கல்லின் மீது வைத்து, விறகடுப்பை தானே மூட்டி, தோசை கல்லை அதன் மீது வைக்கிறான்.

தோசைக்கல் சூடானால், பட்டாசில் உள்ள ஈரம் போய்விடும். நேரடி நெருப்பு கிடையாது. நல்ல யோசனைதான் என்றெண்ணி, பட்டாசுகளை அடுப்பின் தோசைக் கல்லின் மீது பரப்பி வைத்துவிட்டு ஏதோ வேலையாய் பாலு வெளியே வந்து விட்டான். சகோதரிகளும் தாயும் அவரவர் வேலையாய் இருக்க, திடீரென்று அடுப்பங்கரையில் இருந்து ‘டமால்... டுமீல்’ என்று சத்தம். உடனே ‘தஸ்புஸ்’ என சத்தத்துடன் நெருப்பு வெளிச்சமும்.

அலறி அடித்துக்கொண்டு ஓடிப்போய் அடுப்படிக்குள்ளே ஜாக்கிரதையாக எட்டிப் பார்த்தால்... நெருப்பின் நாக்கு, அடுப்பையும் தாண்டி பட்டாசுகளை எட்டி சுவைத்துவிட்டது தெரிந்தது... பின்பு எல்லோருமாய் தண்ணீர் ஊற்றி ஒரு வழியாய் அணைத்தார்கள்.

அந்த இடத்தை வேகவேகமாக கஷ்டப்பட்டு சுத்தம் செய்து, வெளியில் போயிருந்த அப்பாவுக்குத் தெரியாமல் பண்ணி விட்டார்கள். எல்லாம் செய்து முடிந்ததும் சகோதரிகள் நினைத்தது

என்ன தெரியுமா? ‘அய்யோ பாவம். புள்ளை ஒண்ணைக்கூட தானே ஆசையாய் வெடிக்க முடியலையே!’ என்பதுதான்.

அப்பாகிட்ட மட்டும் சொல்லிவிடாதே!

வீட்டுக்கு அருகிலேயே காவேரி ஓடியதால், நண்பர்களோடு அங்கு போய்ப் பழகியதால் சிறுவன் பாலசந்திரனுக்கு நீச்சல் நன்கு தெரியும். ஆனால், பெரிய பையன்கள் பலரும் காவேரி ஆற்றில் 30 அடி உயர் மதகின் மீது இருந்து ‘டைவ்’ அடிப்பார்கள். பாலசந்திரன் அதுவரை ‘டைவ்’ அடித்ததில்லை. ஒருமுறை தனியாக அந்தப் பக்கம் நடந்து வருகையில், நாமும் ‘டைவ்’ அடித்துப் பார்த்தால் என்ன என்று யோசனை. உடன் அந்த மதகின் மீது ஏறி தனியாளாய் நடந்து வந்திருக்கிறான்.

அவன் நடந்த அந்த மதகின் அகலம் இரண்டு அடிக்கும் குறைவு. ஒற்றையடிப் பாதையில் நடப்பதுபோல ஒவ்வொரு காலாக மாற்றி மாற்றி வைத்து ஜாக்கிரதையாக நடக்கவேண்டும். ஏனென்றால் தவறி விழுந்தால் முப்பதடிக்கும் கீழே சுழித்துக்கொண்டு ஓடும் எட்டு, ஒன்பது அடி ஆழ ஆற்றில்தான் விழவேண்டும்.

பாலு இப்படி நடந்து வருவதை, தற்செயலாக அந்தப் பக்கம் வந்த பாலுவின் அண்ணன் பாலசுப்ரமணியம் பின் பக்கமிருந்து பார்த்திருக்கிறான். ‘டேய்’ என்று சத்தமாய்க் கூப்பிட்டால், தம்பி பயத்தில் ஆற்றில் விழுந்துவிடப் போகிறானே என்று ஜாக்கிரதையாக சத்தம் போடாமல் மெதுவாய் பின்னாடியே நடந்துபோய், மிக கிட்டத்தில் வந்ததும் எட்டி, தோளை கெட்டியாய் பிடித்துக் கொண்டான்.

“என்னடா இது? இப்படி வரலாமா” என்று அதட்டிவிட்டு, தொடர்ந்து “வீட்டுக்கு வா அப்பாவிடம் இதை சொல்கிறேன்” என்று சொல்ல, “வேண்டாம்... வேண்டாம் அப்பாட்ட மட்டும் சொல்லிவிடாதே” என்று தன் பலவீனத்தை பாலசந்திரன் வெளிப்படுத்த... அண்ணனுக்குப் புரிந்துவிட்டது. அப்பாவிடம் சொல்லவில்லை.

ஆனால், பின்பு வெகு நாட்களுக்கு, தனக்கு சின்ன சின்ன காரியங்கள் செய்ய... பாலசந்திரனை ஏவுவதும், அவன் செய்யமுடியாது என்றால்... 'மதகில் நீ நடந்ததை அப்பாட்ட சொல்லவா' என்றே பிளாக்மெயில் செய்வதுமாயிருந்தான்.

படவா ராஸ்கல்

படிப்பது தவிர பிள்ளைகளின் வேறெந்த Extra Curricular Activities சையும் அப்பா பாராட்ட மாட்டார் என்பதை குழந்தைகள் நன்கு தெரிந்து வைத்திருந்தார்கள்.

வெற்றிலையும், புகையிலையும் போடும் பழக்கமுடைய அவர், சமயத்தில் தனியாக அமர்ந்திருக்கும்பொழுது, மென்மையான குரலில் 'பாலப்பா... பா...' என்று பாலசந்திரனை அன்பாய்க் கூப்பிடுவார். அதுபோல அவர் கூப்பிடுவது அன்பின் மிகுதியால்தான் என்று சிறுவன் பாலசந்திரனுக்கு அப்பொழுது தெரியாது. அடிக்கடி கைலாச அய்யர் தன் மகன்களிடத்தில் பயன்படுத்தும் ஒரு வார்த்தை 'படவா ராஸ்கல்'. அன்பு கலந்த அதட்டலில் வரும் அந்த 'படவா ராஸ்கல்' வார்த்தையை பாலசந்திரனுக்கு மிகவும் பிடிக்கும்.

தந்தை, தன் நிலத்துக்குப் போக வேண்டியிருக்கும். சமயத்தில் பாலுவைப் பார்த்து நீயும் வாடா என்று சொல்லியபடி கிளம்பி விடுவார். பாலு என்ன செய்து கொண்டிருந்தாலும் அதை அப்படியே போட்டுவிட்டு அவர் பின்னே போக வேண்டியதுதான்.

சிறுவன் பாலுவுக்கு விவசாய வேலைகள் ஓரளவு தெரிந்தாலும், நாட்டமெல்லாம் கதை புனைவது, நாடகங்கள், திரைப்படம், கைவேலைகள் ஏதும் கிரியேட்டிவாகச் செய்யக் கூடியவற்றில் தான் இருக்கும்.

இவரோடு நிலத்துக்குப் போய் என்ன செய்ய? என்று தோன்றும். அறுவடை சமயங்களில், வயல்வெளிப் பக்கம், சில பெண்கள் வேர்க்கடலை கூடையுடன் வருவார்கள். ஒருபடி நெல்லை

வாங்கிக்கொண்டு அரைபடியோ, என்னவோ வேர்க்கடலை கொடுப்பார்கள்.

வயலுக்குப் போனதும் தந்தை இந்த பண்டமாற்றைச் செய்து மகனிடம் வேர்க்கடலையைக் கொடுத்துவிடுவார். ஒரு ஓரமாய் உட்கார்ந்துவிட்ட பாலுவின் வாய் தன் பாட்டுக்கு கடலையை மெல்லும். மனக்குதிரை அதன் விருப்பத்திற்குப் பறக்கும்.

பள்ளி நாட்கள்

படித்தது, நன்னிலம் 'டிஸ்டிரிக்ட் மேல்நிலைப் பள்ளியில். முதல் பாரம் முதல் அங்கேதான். வீட்டிலிருந்து ஒன்றரை மைல் (மூணேகால் கி.மீ) இருக்கும். பள்ளிக்கு எப்பொழுதும் நடைதான்.

சிறுவன் பாலசந்திரனால் எப்போதுமே இரவு கண்விழித்துப் படிக்க முடியாது. 'சோத்தைக் கொட்டிண்டதும் தூக்கம் வந்திடும்...' படிப்பதெல்லாம் விடிகாலையில்தான். படிப்பதற்காக காலை 3 மணிக்கெல்லாம்கூட எழுந்துகொண்டு விடுவான். அவர்கள் வீட்டில் அவன் ஐந்தாம் பாரம் (10வது) படிக்கும்வரை மின்சார விளக்கே கிடையாது. 'அரிக்கன்' விளக்குதான். அதை தினம் எடுத்து, தானே சுத்தம் செய்து மண்ணெண்ணெய் ஊற்றி, திரி போட்டு, ஏற்றிய பிறகுதான் படிப்பான். அவன் அம்மாவும் உடன் எழுந்து, சமயத்தில் காப்பி போட்டுக் கொடுப்பார்கள். படிப்பது, எழுதுவது போன்றவற்றுக்கு அப்பொழுதிலிருந்தே பாலசந்திரனுக்கு அதிகாலை நேரம்தான் சிறந்ததாக இருந்திருக்கிறது.

புத்திசாலியாகவும், சுறுசுறுப்பானவனாகவும் இருந்ததால், படிப்பில் மோசமில்லை. அதேசமயம் அப்படியொன்றும் மிக உயர்ந்த மதிப்பெண்கள் பெறுபவன் என்றும் சொல்லிவிட முடியாது.

தொடக்கப் பள்ளியில் படித்தபொழுது இருந்ததைவிட, மேல்நிலைப் பள்ளியில் நாடகங்கள், மாறுவேடப் போட்டி முதலியவற்றுக்கு வாய்ப்பிருந்ததால், பள்ளி வாழ்க்கை மிக சுவாரஸ்யமாகவே போயிற்று பாலுவுக்கு.

கே.பாலசந்தர் - வேலை ✸ டிராமா ✸ சினிமா

தொப்பையா முதலியார்

மாணவன் பாலசந்திரனுக்கு பிடித்த பாடம் எது தெரியுமா? பூகோளம். ஆம்... காடு மலைகள், நகரங்கள் பற்றிய ஜியாகிரபிதான் அதிகம் பிடிக்கும். அதில்தான் நிறைய மதிப்பெண்கள் வாங்குவான். அதாவது பத்துக்கு பத்து, எப்பொழுதுமே.

காரணம், 'அந்தப் பாடம்' என்பதைவிட, அதை நடத்திய தொப்பையா முதலியார் என்ற ஆசிரியர்தான். எதையும் வித்தியாசமாகவும், ஸ்மார்ட்டாகவும் செய்ய வேண்டுமென்ற வேட்கை கொண்ட சிறுவன் பாலசந்திரனை பள்ளிப் பருவத்தில் தன் வித்தியாசமான முறைகளால் ஈர்த்தவர் இந்த ஆசிரியர்தான். அவர் வாரம் முழுக்கப் பாடம் நடத்துவார். அந்த வார முடிவில் நடத்திய பாடத்தில் ஒரு டெஸ்ட் வைத்து விடுவார். இதெல்லாம் நடந்தது ஆரம்ப 1940-களில், நன்னிலம் கிராமப்பள்ளிக் கூடத்தில்!

எப்போதாவது ஒரு தேர்வு வைத்து, பக்கம் பக்கமாய் எழுத வைத்து, அதை திருத்தித்தர வெகு நாட்கள் எடுத்துக்கொண்டு... என்றெல்லாம் மற்ற ஆசிரியர்களைப்போல செய்யாமல், வாரா வாரம் ஒரு டெஸ்ட். அதுவும் எப்படி? எல்லாம் ஒரு இரு வார்த்தை பதில்கள் வருமாறு கேட்கப்படும் கேள்விகள். உத்தரபிரதேசத்தின் தலைநகரம் எது? பஞ்சாபில் விளைவது என்ன? என்பதுபோல.

அந்தக் கேள்விகளை, தொப்பையா முதலியார், அன்றைய தினம் 'தினசரி காலண்டரில்' கிழித்த தாளின் பின்பக்கமே நுணுக்கி நுணுக்கி எழுதிக்கொண்டு வந்துவிடுவார். இதை, இந்த சாமார்த்தியத்தை சிறுவன் மாணவன் பாலு கவனிப்பான். ஆச்சரியப்படுவான். மனதுக்குள் பாராட்டுவான்.

அதைவிடவும் இந்த ஆசிரியர் தேர்வு நடத்தும் முறை பாலசந்திரனை அதிகம் கவர்ந்தது. அது, அப்பொழுது நூதனமான முறையாகவும் தெரிந்தது.

மாணவர்கள் ஆளுக்கொரு வெள்ளைத்தாள் எடுத்துக்கொள்ள வேண்டும். ஆசிரியர் ஒவ்வொரு கேள்வியாகச் சொல்லச் சொல்ல, கேள்வி எண்கள் போட்டு, அவற்றுக்கு வரிசையாக பதில்கள் மட்டும் எழுத வேண்டும்.

எல்லா கேள்விகளும் கேட்கப்பட்டு, எல்லோரும் பதில் எழுதியபின், விடைத்தாள்களை, தங்களுக்கு அடுத்து, ஐந்தாவதாக உள்ள வேறு ஒரு மாணவனிடம் தந்துவிடவேண்டும். ஒவ்வொருவரும் இப்படியே 5 நபர்கள் தள்ளி அமர்ந்திருப்பவனிடம் தங்கள் விடைத்தாள்களைத் தர, கடைசி பெஞ்சில் உள்ள 5 மாணவர்களின் தாள்கள், முதல் பெஞ்சில் அமர்ந்திருப்பவர்களிடம் வந்துவிடும்.

பின்பு, ஆசிரியர் சரியான விடைகளை வரிசையாக சத்தமாகச் சொல்ல, ஒவ்வொரு மாணவரும், தங்களிடம் உள்ள மற்ற மாணவனின் விடைத்தாளைத் திருத்தவேண்டும். வெறும் ✓ அல்லது X தான். தேர்வு எழுதுதல், வகுப்பில் உள்ள மொத்த மாணவர்களின் விடைத் தாள்களையும் உடனேயே திருத்துதல், மதிப்பெண்களை உடனுக்குடன் தெரிந்து கொள்ளுதல் எல்லாம் வெகு சுலபமாய் சீக்கிரத்தில் முடியும் இந்த புதிய முறையையும், அதை அறிமுகப்படுத்திய தொப்பையா முதலியார் என்ற பூகோள ஆசிரியரையும் பாலசந்திரனுக்கு மிகவும் பிடித்துப் போனது. அதோடு அவர் அவ்வப்பொழுது 'சடக்' கென்று அரசியல் பற்றி ஏதாவது சொல்லுவது, அவரிடம் பாலசந்திரனுக்கு மேலும் ஒரு கவர்ச்சியை ஏற்படுத்தியது.

முத்துகிருஷ்ண அய்யர்

வகுப்புக்கு வந்ததும் 'கடமையே கண்ணாக', உடன் 'சாக்' கட்டியை எடுத்துக்கொண்டு, கரும்பலகையிடம் போய், பாடம் நடத்தத் தொடங்கி, வகுப்பு முடிந்ததை அறிவிக்கும் மணி அடித்ததோ இல்லையோ உடன், பையன்களுக்கும் முன்னால், தான் 'டாண்'னென்று வகுப்பைவிட்டு வெளியேறிவிடும் முத்துகிருஷ்ண அய்யர் என்ற ஆசிரியரையும் பாலசந்திரனுக்குப் பிடிக்கும்.

அவருடைய, சரியான நேரத்துக்குத் தொடங்கி சரியான நேரத்துக்கு முடிக்கும் ஒழுங்குமுறையும் அவன் மனதில் ஒரு தாக்கத்தை ஏற்படுத்தியது.

தமிழ் இலக்கியமா? அப்படியென்றால்...?

என்ன காரணமோ தெரியவில்லை. கைலாச அய்யர் தன் மகன் பாலசந்திரனை ஆரம்பப் பள்ளியில் சேர்க்கையில் ஆங்கிலத்தை முதல் மொழிப் பாடமாகவும் (ஆம். அது வெள்ளையர் ஆண்ட காலமல்லவா!) சமஸ்கிருதத்தை இரண்டாம் மொழிப்பாடமாகவும் எடுக்க வைத்திருக்கிறார். பாலசந்திரனுக்கு சமஸ்கிருதத்தின் மீது பெரிய இஷ்டம் இல்லை. அந்த மொழி புரியவுமில்லை. மற்ற பாடங்களுடன் சிலவற்றுள் ஒன்றாக அதுவும் இருந்திருக்கிறது, அவ்வளவுதான்.

ஆனால், படித்த 'மீடியம்' தமிழ் என்பதால், மற்ற பாடங்களை தமிழிலேயே படித்ததால், தமிழை எழுதுவதில் படிப்பதில் ஏதும் சிரமமிருக்கவில்லை.

இந்த 'தமிழ் மொழி' படிக்காத அதிசயம் பள்ளியிறுதிவரை நடந்தது மட்டுமில்லை... அதுவே கல்லூரியிலும் தொடர்ந்திருக்கிறது.

பள்ளிப் படிப்பு முடிந்து, கல்லூரிப் படிப்பு, சிதம்பரம் அண்ணாமலைப் பல்கலைக்கழகம்... 'சர்வகலா சாலை' என்று பல்கலைக்கழகங்களுக்கு அப்பொழுது பெயர்.

அதுவரை தமிழ் மொழியைப் பாடமாகப் படித்ததில்லை. கல்லூரியில் நல்ல மதிப்பெண்களுடன் தேறவேண்டும். மெட்ரிக் பாடத்திலும் நல்ல மதிப்பெண் எடுக்கவேண்டும். அதனால் ஏற்கனவே படித்த சமஸ்கிருதமே இங்கும் படிக்கலாம் என்று தோன்றிவிட்டது. அந்த நேரத்தில் யாரோ சொன்னார்கள், 'பிரஞ்ச் எடு... சுலபமாய் கூடுதல் மதிப்பெண் வாங்கலாம்' என்று. சரியென்று எடுத்துவிட்டான் பாலசந்திரன்.

ஆம். பள்ளி, கல்லூரிகளில் பாலசந்தர் தமிழ் இலக்கியமே படிக்கவில்லை. அந்தக் குறுகுறுப்பும் ஏக்கமும் பின்னாட்களில் அடிக்கடி வந்திருக்கிறது. பின்பு திருக்குறள் போன்ற இலக்கியங்களை முயன்று படித்து, அதிசயித்து... அதற்கு மரியாதை செய்யும் வகையில் ஒன்று செய்தார் பாலசந்தர்.

தன்னுடைய எல்லா முயற்சிகளுக்கும் தொடக்கமாக, ஒரு இறைவணக்கமாக ‘அகர முதல எழுத்தெல்லாம் ஆதிபகவன் முதற்றே உலகு’ என்ற முதல் திருக்குறளையே வைத்தார். திருவள்ளுவரின் உருவத்தையே அவரது தனிப்பட்ட ‘லோகோ’வாக வைத்தார்.

நாடகத் தொடக்கமோ, திரைப்படத் தொடக்கமோ, இல்லை வேறெதுவுமோ எல்லா இடத்திலும் கே.பாலசந்தருக்கு திருக்குறள்தான். அது போதாதென்று தன், கவிதாலயா பட நிறுவனத்துக்கு திருவள்ளுவர் உருவத்தையே அடையாளமாகவும் *Symbol* ஆக்கினார்.

திரைப்பட ஆர்வம்

பள்ளியில் படித்து வந்த சிறுவன் பாலசந்திரனுக்கு திரைப்படங்களும், மேடை நாடகங்களும் ஒரு பிரமிப்பாகவும், ஆர்வமுமாகவே இருந்திருக்கிறது.

தில்லியிலிருந்து தன் பெரிய அக்காள் நல்லமாங்குடி வந்துவிட்டால், பாலசந்திரனுக்குச் சந்தோஷம்தான். சந்தோஷத்துக்கான ஒரு கூடுதல் காரணம் அவர்கள் “வாங்கப்பா எல்லோரும் சினிமாவுக்குப் போகலாம்” என்று கட்டாயப்படுத்தி வீட்டில் உள்ள அனைவரையும் சினிமாவுக்கு அழைத்துக்கொண்டு போய்விடுவார்கள் என்பது.

உழவுக்கு பயன்படும் மாட்டு வண்டியில், மேலே குடில் கட்டி (மேற்கூரை) குடும்பமாய் கிளம்பிவிடுவார்கள் வெளியூருக்கு. சினிமா பார்க்க, உள்ளூரில் நல்லமாங்குடியில் திரையரங்கம் கிடையாது.

திருவாரூர், நன்னிலம் இதுபோன்ற உள்ளூர்களுக்குப் போய் குடும்பத்தினருடன் சினிமா பார்ப்பது. இதுதவிர கொஞ்சம் பெரியவனானதும், பாலசந்திரன் தானே தந்தைக்கு தெரிந்தும் சமயங்களில் தெரியாமலும் சினிமாவுக்குப் போவதுண்டு.

அறிஞர் அண்ணாவின் ‘வேலைக்காரி’, கலைஞரின் ‘பராசக்தி’, என்.எஸ். கிருஷ்ணனின் ‘நல்லதம்பி’ போன்ற பல திரைப்படங்களை பலமுறை திரும்பத் திரும்ப பார்த்துவிடுவான்.

அந்த வசனங்களை மிக சுலபமாக மனப்பாடம் செய்துவிட்டு, அவற்றை தன் நண்பர்களிடம் பேசிக் காண்பிப்பதில் ஒரு அலாதி இன்பம் அவனுக்கு.

இதுபோன்ற சினிமாக்களைப் பற்றியும் அதில் வரும் வசனங்கள், பாடல்கள், காட்சிகள் பற்றியும் மணிக்கணக்கில் நண்பர்களோடு பேசுவான். நண்பர்களாய் கூடிக்கூடி இவற்றைப் பேசுவார்கள்... பேசுவார்கள் பேசிக்கொண்டே இருப்பார்கள். எப்படி இவர்களால் ஒரே விஷயத்தைத் தொடர்ந்து இத்தனை நாட்கள் பேச முடிகிறதென்று பார்ப்பவர்களுக்கு ஆச்சரியமாகக்கூட இருந்தது.

லீவு கிடைச்சாச்சா? கிளம்பு மாமா வீட்டுக்கு!

பாலசந்திரனின் தாய் மாமா வீடு திருவையாற்றில் இருந்தது. அரைப் பரீட்சை, முழுப் பரீட்சை விடுமுறை வந்துவிட்டால், பாலசந்திரனுக்கு எப்படியாவது மாமா வீட்டுக்கு போய்விட வேண்டும். காரணம், அங்கு கிடைத்த சுதந்திரம். ‘படி... படி’ என்ற தந்தையின் கட்டுப்பாடு அங்கு இல்லை. மேலும், அது கொஞ்சம் பெரிய ஊர் என்பதால் திரையரங்குகள், நாடகக் கொட்டகைகள் உண்டு.

“லீவுதான் விட்டாச்சே. இங்க இருந்து என்ன பண்ணப்போறான், போயிட்டு வரட்டுமே மாமா வீட்டுக்கு...” பாலசந்திரன் தாயார்தான் மீண்டும் மீண்டும் தந்தையிடம் கேட்பார்கள். பாலசந்திரன் எதையும் தந்தையிடம் நேரே வாய்விட்டுக் கேட்பதில்லை. எதிரில் நின்றுகூட பதில் சொல்லமாட்டான்.

“அனுப்பலாம்... அனுப்பலாம்... திங்கள் செவ்வாய் வடக்கு சூலம்...” என்பார் ஒருநாள். வேறு ஒரு நாள் கேட்டால், நாளைக்கு பாட்டிமை அமாவாசைக்கு அடுத்தநாள், நல்லநாள் இல்லை என்பார். அப்பொழுதெல்லாம் இவ்வளவு பேருந்து வசதி கிடையாது. ஏகதேசமாய் ஏதாவது ஒரு பஸ்தான் போகும், வரும். இவர்கள் போவதெல்லாம் ரயிலில்தான். ரயில் டிக்கெட் ‘ஓரணா’ ஆயிற்றே...!

மாமா வீட்டில் இருக்கும்பொழுது, மறைந்த டி.கே.சண்முகம் அவர்கள் போடும் ஔவையார் போன்ற நாடகங்களைப் பார்த்து, பிரமிப்பு வரும். தானும் இதுபோல நாடகங்கள் போட்டு சாதிக்க வேண்டும் என்ற ஆசையும் வரும்.

வயல்வெளியை சுத்தம் செய்துவிட்டு, போடப்படும் ‘டூரிங் டாக்கீ’சியில் ஒருமுறை காசு கொடுத்து டிக்கெட் வாங்கி, உள்ளே போய் படம் பார்ப்பது. பின்பு அடுத்த நாள் முதல், அதே திரையரங்குக்கு வெளியே, வசனம் காதில் வழக்கூடிய தூரத்தில் போய் உட்கார்ந்து கொள்வது. படம் ஓட ஆரம்பித்ததும், தான் முதல் நாள் பார்த்த காட்சிகளை வசனங்களை காதால் கேட்டபடியே மனத்திரையில் படத்தை ஞாபகப்படுத்திப் பார்ப்பது! இப்படியொரு மோகம் திரைப்படங்கள் மீது இருந்திருக்கிறது. கலைஞர் மு.கருணாநிதியின் வசனங்கள், மற்றும் இளங்கோவன் எழுதிய ‘கண்ணகி’ பட வசனங்களைக் கேட்கும் பொழுதெல்லாம் இலக்கியத் தமிழ் படிக்காமல் விட்டுவிட்டோமே என்று வருத்தமாயிருந்திருக்கிறது.

திரைப்படங்கள் மீது தீராத பிரமிப்பும் ஆர்வமும் இருந்தாலும் அவற்றைக் கற்றுக்கொண்டு, நாடகங்களில் அசத்த வேண்டும். நாடகத்தில் ஏதாவது நிச்சயம் சாதிக்க வேண்டும் என்ற ஆசைதான் அந்த காலக்கட்டத்தில் இளைஞன் பாலசந்தருக்கு இருந்திருக்கிறது.

ரத்தத்தில் வருகிறதோ!

பாலசந்தரின் அப்பாவுக்கும் நாடகத்துக்குமோ, திரைப்படத்துக்குமோ எந்த சம்மந்தமும் இருந்ததா? அம்மா வழியும் அப்படியேதானா... இவர் வம்சாவழியில் யாருக்குமே இவற்றோடு தொடர்பு இருந்ததில்லையா! இவர்தான், இவர் குடும்பத்தில் முதலா?

இவருடைய அப்பாவின் சொந்தக்காரர்கள் சாலியமங்கலம் அருகே மெலட்டூர் என்றொரு ஊரில் வசித்து வந்திருக்கிறார்கள். அங்கு சுமார் நானூறு ஆண்டுகளுக்கு முன்பாக எழுதப்பட்ட 'நரசிம்மசாமிபாகவதமேளா' என்ற தெலுங்கு நாடகம் நடத்தப்பட்டு வந்திருக்கிறது. தமிழ்நாட்டில் சில பகுதிகளை ஆண்ட தெலுங்கு மன்னர்கள் காலத்தில் உருவாக்கப்பட்ட நாடகம் அது. அதில், அந்த நாடகத்தில் பாலசந்தரின் தந்தைவழி சொந்தக்காரர்கள் பங்கு பெற்றிருக்கிறார்கள். நாடகத்துடன் விட்டகுறை தொட்டகுறை என்றால்... இது ஒன்றுதான்.

பாலசந்திரன் அவன் அப்பாவை சரியாகப் புரிந்துகொண்ட சமயங்கள் அந்த இளம் பிராயத்தில் மிகச் சிலவாகவேயிருந்தன.

அவர் அவ்வளவு கண்டிப்பாக இருந்ததன் காரணம் பாலசந்திரன் நன்கு படிக்க வேண்டும், உயர வேண்டும் என்ற ஆழ்மன ஆசையின் காரணமாகத்தான் என்பதை பாலசந்தர் அறிந்து கொண்டது, அவரது பட்டப்படிப்பின் 'ரிசல்ட்' வந்த பொழுதுதான் எனலாம்.

பட்டப்படிப்பின் இரண்டாம் ஆண்டு, அதாவது இறுதியாண்டு தேர்வும் முடிந்து முடிவுகள் 'பேப்பரில்' வந்திருக்கிறது. ஆங்கிலத்தில் செகண்டு கிளாஸ், பிரெஞ்சில் பர்ஸ்ட் கிளாஸ், 'பாட்டனி' எனப்படும் தாவரவியலிலும், 'சுவாலஜி (Zoology) எனப்படும் விலங்கியலிலும் அதிகபட்ச மதிப்பெண் பெற்று முதல் வகுப்பில் தேர்ச்சி.

அந்த முடிவு வந்த தினசரித்தாளை, பாலசந்தரின் தந்தை திண்ணையில் பிரித்து வைத்துக்கொண்டு, தெருவில் போவோர், வருவோரை எல்லாம் 'இங்க வாடா... பஞ்சாபகேசா...' என்பது போல அழைத்து... "என் பையன் பஸ்டு கிளாசில் பாஸ் பண்ணி யிருக்கான்.... இதப்பாருடா... இதான் அவன் நெம்பர்..." என்று ஒரு குழந்தை தம்பட்டம் அடித்துக் கொள்வது போலவே செய்திருக்கிறார்.

"அவன் தன் மகன்; அவன் முடித்திருப்பது டிகிரி படிப்பு; தேறியிருப்பதோ முதல் வகுப்பில்', கேட்கவா வேண்டும்... கொப்பளித்து ஓடும் அந்த கால காவேரிபோல அவருடைய ஆனந்தமும், எல்லையற்றதாக பெருகி ஓடியிருக்கிறது.

அன்றைக்கு ஒல்லியாய் கருப்பாய் 'வெடவெட'வென்று இருந்த இளைஞன் பாலசந்தருக்கு வீட்டுக்கு வெளியில் வந்து சாதாரணமாக தந்தையுடன் பேசிக்கொண்டிருப்பவரின் எதிரில் நிற்கவே கூச்சமாயிருக்கும். இப்பொழுது, தான் ஒரு 'டிகிரி பாஸ்' பண்ணியதற்கு அப்பா இவ்வளவு அமர்க்களம் செய்கிறாரே... இது என்ன பெரிய சாதனையா? இதற்குப் போய் 'அய்யா பாருங்க... அம்மா பாருங்க' என்பதுபோல ஊரையே கூட்டுகிறாரே!' என்று அதிகமாகவே வெட்கமாயிருந்திருக்கிறது. ஆனால், அது தன் தந்தையின் 'எவ்வளவு நாள் ஆசை' என்பதை பின்னாட்களில் தான் சரியாகப் புரிந்துகொள்ள முடிந்திருக்கிறது.

கல்லூரி பிரவேசம்

பள்ளிப் படிப்பு முடிந்தது. அடுத்து இன்டர்மீடியேட். எங்கு படிக்கலாம் என்பதில் குழப்பமேயில்லை. அண்ணாமலைப் பல்கலைக்கழகம் சிறந்த சர்வகலா சாலை. மேலும், 6 வயது மூத்த அண்ணன் அங்குதான் படித்தார்.

இன்டர்மீடியேட்டுக்கு சேர விண்ணப்பிக்க... சேர்த்துக்கொண்டு விட்டார்கள்.

நல்லமாங்குடியில் இருந்து நன்னிலம். பின்பு அங்கிருந்து பேருந்தில் மாயவரம். பின்பு புகை வண்டியில் (ஆமாம். புகை வண்டியேதான், அதுவும் மீட்டர் கேஜ்) சிதம்பரம், சிதம்பரம் நகரிலிருந்து அண்ணாமலை பல்கலைக்கழகத்துக்கு ஜட்கா (குதிரை வண்டி).

அங்கு போய் கல்லூரிக் கட்டணம் கட்டியாயிற்று. ஹாஸ்டலுக்கு பணம் கட்டலாம் என்றால், விடுதியில் இடமில்லை என்று சொல்லிவிட்டார்கள்.

'இப்பொழுதுதான் கூடுதல் ஹாஸ்டல் அறைகள் கட்டி வருகிறோம். இரண்டு, மூன்று மாதங்களில் 'டவுனில்' ஆயத்தமாகிவிடும்.

அதுவரை சொந்தமாகத் தங்கிக் கொள்ளுங்கள். தந்தைக்கு பயமாக இருந்தது. எப்படி மகன் பாலசந்தரை தனியாக தங்க வைப்பது! அவர்களே ஒரு வழியும் காட்டினார்கள்.

இங்கு ஹாஸ்டலில் தனியறைகளில் தங்கியிருக்கும் சீனியர் மாணவர்கள் யாருடனாவது அவர்களின் தனியறையில் தங்கிக் கொள்ளலாம், அந்த மாணவர்கள் அனுமதித்தால்.

தெரிந்த மாணவன் யாரென யோசிக்க, உடன் சட்டென்று நினைவு வந்தது நாராயணசாமி மகன் ராமமூர்த்தியைத்தான்.

நாராயணசாமிக்கும் அதே நல்லமாங்குடிதான் சொந்த ஊர். அவர்களுக்கு தூரத்து உறவும்கூட. பிரச்சனை என்னவென்றால், கைலாச அய்யர் குடும்பத்துக்கும், அவர் குடும்பத்துக்கும் பேச்சுவார்த்தை கிடையாது, சண்டை.

என்ன செய்ய? வேறு எவரையும் தெரியாது. தந்தையும், மகனுமாய் பாலசந்தரின் பெட்டிப் படுக்கைகளை எடுத்து போய், தயங்கியபடியே ராமமூர்த்தியின் அறைக் கதவைத் தட்டினார்கள். பாலசந்தர் அப்பா நேரடியாக அந்தப் பையனிடம் கேட்டார். He was so kind, உடனே ஒப்புக்கொண்டார்.

அவர் அறையில் ஓரிரு மாதங்கள் இருக்கையிலேயே... டவுன் ஹாஸ்டல் தயாராகிவிட, பின்பு அங்கு குடிபெயர்ந்தார். அங்கு 20 மாணவர்களுக்கு ஒரு ஹால் வீதம் இடம் இருந்தது. அப்படியே ஒரு வருடம் ஓடியது. பின்புதான் அண்ணாமலை நகரில் உள்ள பல்கலைக்கழக ஹாஸ்டலில் நியூ பிளாக்கில் தனியறை கிடைத்தது.

யார் ரொம்ப ஏழை?

அண்ணாமலைப் பல்கலைக்கழக ஹாஸ்டலில் சாப்பாடு மிக நன்றாக இருக்கும். குறைக்கவே மாட்டார்கள். அப்பொழுது டிவைடிங் சிஸ்டம். சாப்பாட்டுச் செலவு மாதம் தலைக்கு ரூ. 12 வரும். அப்பா தன் குறைந்த சம்பளத்தில் இருந்து பாலசந்தருக்கு மாதம் ரூ. 15 அனுப்புவார். சாப்பாட்டுக்குப் 12 போக, மீதம் உள்ள மூன்று ரூபாயில்தான் மற்ற அவசிய செலவுகள் எல்லாம் பார்த்துக் கொள்ள வேண்டும்.

சேர்த்துவிட வந்திருந்த கைலாச அய்யர் காதில் ஒரு விஷயம் விழுந்தது. அதாவது ஒவ்வொரு விடுதியிலும் 200, 300 மாணவர்கள் இருப்பார்கள். அவர்களில் யாராவது ஒரு மாணவரின் சாப்பாட்டுச் செலவை அங்குள்ள மற்ற மாணவர்களே ஏற்றுக் கொள்வார்கள்.

அத்தகைய ஒரு மாணவர், பொருளாதார ரீதியாக சிரமப்படுபவராக இருக்கவேண்டும். அவர் சாப்பிடலாம், ஆனால் பணம் ஏதும் கட்டவேண்டாம்.

இந்த முறை பற்றி கேள்விப்பட்ட கைலாச அய்யர், மகன் பாலசந்தரை இதற்கு முயற்சிக்கச் சொன்னார்.

முயற்சிப்பது என்றால், சும்மாயில்லை. அந்த விடுதியில் உள்ள அத்துனை மாணவர்களும் 'ஓட்ட'ளித்து தேர்வு செய்ய வேண்டுமென்பது அங்கிருந்த நடைமுறை.

அதற்குப் போட்டியில்லாமலா இருக்கும்? இருந்தது. பாலசந்தருக்கு இது சுத்தமாகப் பிடிக்கவில்லை. இரந்து நிற்பதா? என்று.

ஆனால், தந்தையும் விடுவதாக இல்லை. கடைசியில் வேறு வழியின்றி நிற்கப் பெயர் கொடுத்தார். அவருடைய நேரம், அவருடைய சொந்த ஊரான அதே நல்லமாங்குடியைச் சேர்ந்த தியாகராஜன் என்ற வேறு ஒரு மாணவனும் நின்றான். போட்டியாகிவிட்டது. ஒவ்வொரு அறையாகச் சென்று என்னையே (இதற்கு) தேர்வு செய்யுங்கள் என்று கேட்க வேண்டியதாகிவிட்டது பாலசந்தருக்கு. செய்தார்.

போட்டி முடிவுகள் வந்தன. இந்த இன்னொரு மாணவருக்கு அதிகமானவர்கள் ஓட்டளித்திருந்தார்கள். கடைசியில் பாலசந்தருக்கு அதில் தோல்விதான். கிடைக்காத உதவிக்கா 'இப்படி நின்று கேட்க வேண்டியதாகிவிட்டதே' என்று மனது துடித்துப் போய்விட்டார். அது மனதை வருத்தும் சம்பவமாகவே ஆகிவிட்டது.

கற்றுக் கொடுத்த ஆசிரியர்கள்

உயர்நிலைப் பள்ளியில் இருந்ததைவிட பாலசந்தரின் படிக்கும் திறன் கல்லூரியில் அதிகமாகிவிட்டது. கல்லூரியில் எப்பொழுதும்

வகுப்பறையில் முதல் வரிசைதான். எடுத்துக்கொண்ட பாடங்களில் எல்லாம் நல்ல மதிப்பெண்கள். காரணம், அங்கு பாடம் நடத்திய பேராசிரியர்கள் தான். ரங்கசாமி அய்யங்கார் என்பவர் 'பாட்டனி' எடுப்பார். குடுமி. தலைக்கு 'டர்பன்', 'பஞ்சகச்ச வேஷ்டி', அற்புதமான டீச்சர்.

உள்ளே நுழைந்ததும், நேற்று இதில் விட்டோம் என்று ஆங்கிலத்தில் சொல்லியபடியே ஒரு சாக்பீஸை எடுத்து, இரண்டாய் உடைத்துக்கொண்டு நேராக கரும்பலகைக்குப் போய்விடுவார்.

அதன்பிறகு அருமையாக பாடத்தை விளக்கியபடியே, கரும்பலகையில் அதே விஷயத்தை எழுதியபடியும், வரைந்தபடியும் (தாவரங்களை) இருப்பார். மணியடிக்கும் வரை இதேதான். பிஎஸ்சி பட்டப்படிப்பு படித்த பாலசந்தருக்கு அவரிடம் நெருக்கம் இருந்தது.

இதேபோல SV மணவாள ராமானுஜம் என்றொரு துணை வேந்தர் (V.C). ரொம்ப 'ஸ்டிரிக்ட்' அவர். திடீரென்று மாணவர்கள் தங்கியிருக்கும் விடுதிக்கு வருவார். காரில்தான் வருவார். அனால், ஓட்டுனரிடம் 'ஹார்ன்' அடிக்காதே. சத்தமில்லாமல் போ என்று சொல்லி வைத்திருப்பார் போல.

கார் வந்து நிற்பதே தெரியாது. திடீரென இறங்குவார். அங்குமிங்கும் நிற்கும் மாணவர்கள் தடுமாறிப் போய்விடுவார்கள். அவர் பார்த்து விட்டதால் ஓடி ஒளியவும் முடியாது. சிலர் கையில் சிகரெட் இருக்கும்.

நிதானமாய் நடந்து அருகே போய், அவர்களின் தோளில் கைபோட்டு அணைத்தபடி, மென்மையாய்க் கேட்பார். "Why are you smoking your fathers money?" என்று. மேலும் "don't to in injustice to your father" என்றும் சொல்வார். பாலசந்தருக்கும் மற்ற மாணவர்களுக்கும் அவர்மீது மரியாதையும், பிரியமும் உண்டு. இயக்குனர் பாலசந்தர் எப்பொழுது படப்பிடிப்பு நடக்கும் இடங்களுக்குப் போனாலும், காரில் போய் இறங்கும்பொழுது, ஏன் காரை சத்தம் போடாமல் ஓட்டி வரச் செய்கிறார் என்பது இப்பொழுது புரிந்திருக்கும்.

ஹாஸ்டல் நாடகங்கள்

அண்ணாமலைப் பல்கலைக்கழகத்தில் 'தமிழ்ப் பேரவை' இருந்தது. அதேபோல ஒரு மனமகிழ் மன்றமும் இருந்தது. அவற்றில் நிறைய நிகழ்ச்சிகள் நடைபெறும். Founders Day என்று அந்தப் பல்கலைக்கழகத்தை நிறுவிய ராஜா சர் முத்தையா செட்டியாரின் பிறந்த நாளைக் கொண்டாடுவார்கள். மிகவும் பிரமாதமாக நடைபெறும். அவற்றைக் கண்டுகளிக்க இரண்டாயிரம், மூவாயிரம் மாணவர்கள் இருப்பார்கள். அதில் ஏதாவது நிகழ்ச்சிகள் நடத்தினால், பெரிய பெயர் கிடைக்கும். தமிழ்ப் பேரவை நிகழ்ச்சிகள் அடிக்கடி நடக்கும். அதில் பாலசந்தருக்கு மிகவும் பிடித்தது பட்டிமன்றங்கள் மற்றும் 'மாக் பார்லிமெண்ட்.'

பாலசந்தர் மனதில் இந்த 'மாக் பார்லிமெண்ட்' எனப்பட்ட 'மாதிரி பாராளுமன்றம்' மிகப்பெரிய ஆர்வத்தையும், தாக்கத்தையும் ஏற்படுத்தியுள்ளது.

சீனியர் மாணவர்கள் நடத்தும் இந்த நிகழ்ச்சிகளின் தரம் மிக உயர்வாய் இருக்கும். மிகவும் புத்திசாலித்தனமாகவும் இருக்கும். இந்த 'பாராளுமன்றம் மாதிரி'யில் சபாநாயகர், ஆளும் கட்சி உறுப்பினர்கள், எதிர்க்கட்சி உறுப்பினர்கள் எல்லாம் மாணவர்கள் தான்.

முன்னதாகவே எழுதப்பட்டு, தயாரிக்கப்பட்ட ஒரு நாடகம் போல அது நடக்கும். அதில் அன்றைய அரசியல், பல்கலைக்கழகம், விடுதி முதலியவற்றைப் பற்றிய விஷயங்கள் எடுத்துக்கொள்ளப்படும். விஷமத்தனமாகவும் ரசிக்கும்படியாகவும் இவை ஆங்கிலத்தில் நடக்கும்.

மீண்டும் இந்த நிகழ்ச்சி எப்பொழுது வரும்? என்று ஒவ்வொரு முறையும் ஆவலோடு காத்திருந்து ரசிக்கும்படி Highly Intelligent ஆக இருக்கும்.

தொடக்க காலத்தில் பாலசந்தர் இவற்றை ரசிப்பதோடு சரி. ஒரு Silent Observer தான். அப்பொழுது திரு. CR மயிலேறு என்ற ஆங்கில பேராசிரியர், தமிழில் நாடகங்கள் போடுவார். பாலசந்தருக்கோ எப்படியாவது மேடையில் வரவேண்டுமென்ற ஆசை. பாலசந்தருக்கு சின்ன சின்ன வேஷங்கள் கொடுப்பார். மேடையில் ஓரமாக நிற்க வைப்பார்.

ஒரு சமயம், பாலசந்தர் தானே எழுதிய ஒரு பாட்டை மேடையேற்றினார். அப்பொழுது 'மிஸ் மாலினி' என்றொரு படம். சக்கைபோடு போட்ட திரைப்படம். பாலசந்தரே எட்டு முறை பார்த்த படம். அதில் ஒரு பாட்டு மிகவும் பிரபலம். 'குத்தாலத்துல இடியிடுச்சா... கோயம்புத்தூர் விளக்கணையும்' என்று.

அந்தப் பாடலின் ஒவ்வொரு வரியையும் மாற்றி ஹாஸ்டல் வாழ்க்கையுடன் ஒப்பிட்டு, பாலசந்தர் சட்டையர் பண்ணினார்.

''ஏ' பிளாக்கில் விளக்கணைந்தால்... 'பி' பிளாக்கில் படிப்பில்லை' என்ற வரிகள் வந்ததும் ஒரே ஆரவாரம். ஏனென்றால் அங்கு 'ஏ' என்றழைக்கப்பட்ட விடுதிக்கு சமயத்தில் மின்சாரம் தடை ஏற்பட்டு விட்டால், அங்கு தங்கியிருக்கும் மாணவர்கள் போடும் தொடர் கூச்சலில் பக்கத்தில் உள்ள 'பி' விடுதி மாணவர்கள் தங்களுக்கு மின்சாரமும், விளக்கும் இருந்தும்கூட படிக்க முடியாது.

அந்த நிகழ்ச்சிக்கு அடுத்தநாள், விடுதி உணவகத்திற்கு பாலசந்தர் சாப்பிட சென்றபோது, முன்பின் தெரியாத மாணவர்கள்கூட அவரைப் பார்த்து தங்களுக்குள் பேசிக் கொண்டது பாலசந்தருக்குப் பெருமையாக இருந்தது. உடனே இதுதான் 'பிரபலம்' என்பதோ

என்றும், இதன் வீச்சு இவ்வளவா! என்றும் ஆச்சரியமாய் இருந்திருக்கிறது.

சுவர் ஏறிக் குதித்து...

பாலசந்தருக்கு திரைப்படம் பார்ப்பது பிடிக்கும். தொடக்கத்தில் ஹாஸ்டல் வார்டனிடம் அனுமதி வாங்கிக்கொண்டு திரைப்படம் பார்க்கப் போனார். ஆனால், ஒரு திரைப்படத்தை ஒருமுறை பார்த்தால் போதுமானதாக இல்லை. பல படங்களை மீண்டும் மீண்டும் பார்க்க விரும்பினார். சிதம்பரத்தில் அப்பொழுதெல்லாம் தமிழ் படங்கள்தான். தியாகராஜ பாகவதர் படங்கள் மீது பாலசந்தருக்கு தனி ஆர்வம்.

ஹாஸ்டலில் வார்டனிடம் அனுமதி கேட்பதெல்லாம் புதிய மாணவர்கள் செய்வது. பாலசந்தர்தான் சேர்ந்து நாளாயிற்றே. அந்த அண்ணாமலை நகர் பற்றி அத்துப்படி. 'கேட்'டிலிருக்கும் காவல்காரர் கண்ணில் படாமல் திரைப்படம் பார்க்க வெளியில் போகவேண்டும். அவ்வளவுதான்.

கேட்டில் தானே காவலாளி. இருட்டிய பிறகு... கேட்டிலிருந்து வெகுதூரம் தள்ளி மதில் சுவர் ஏறிக் குதித்து வெளியில் போய்விடுவார். திரும்பி வருவதும் அப்படியே. அப்படி ஒரு ஆர்வம் நல்ல திரைப்படங்களின் மீது.

அதிலிருந்து வந்ததுதான் நாடக ஈடுபாடு. சண்முகம் அண்ணாச்சி, மறைந்த எம்.ஆர். ராதா, அவருக்கு எதிர் பார்ட்டியான ஓ.என். கிட்டு குழுவினர் போடும் நாடகங்களையும் தவறாமல் முயற்சித்துப் பார்த்துவிடுவார்.

"பிலிம் டைரக்டர் ஆவேன்..."

சிறப்பான திரைப்படங்கள் ஒருபுறம், நல்ல நாடகங்கள் மறுபுறம், 'மாக் பார்லிமெண்ட்' போன்ற அண்ணாமலைப் பல்கலைக் கழக சீனியர் மாணவர்களின் புத்திசாலித்தன வெளிப்பாடு. இவற்றையெல்லாம் பார்க்கப் பார்க்க தானும் இதுபோல ஏதாவது

கிரியேட்டிவாக பெரிதாக செய்ய வேண்டும் என்று தோன்ற ஆரம்பித்துவிட்டது.

பல்கலைக்கழகத்தில் ஓரிரு முறை முயற்சிக்க, அதற்கு வரவேற்பும் கிடைத்தது. அதன் மூலம் ஒரு சிறு அடையாளமும் கிடைத்தது. மற்றவர்களை கவனிக்க வைக்க முடியும். கவனிக்க வைக்க வேண்டும் என்று தோன்ற ஆரம்பித்தது அப்பொழுதுதான்.

பிஎஸ்சி படிப்பு முடிந்தது. கடைசி நாள், ஹாஸ்டலில் மாணவர்கள் அமர்ந்திருக்கிறார்கள். ஒவ்வொருவராய் பேச வேண்டும். தங்கள் முறை வரும்பொழுது எழுகிறார்கள். "நான் மேல்படிப்பு படிக்கப் போகிறேன்", "நான் 'இந்த' நிறுவனத்தில் வேலைக்குச் சேருவேன்" என்று ஒவ்வொருவராய்ச் சொல்கிறார்கள்.

பாலசந்தர் முறை வருகிறது. சொல்கிறார். வருடம் 1949, வயது 19. "I would like to become a film Director". "நான் ஒரு பிலிம் டைரக்டர் ஆக விரும்புகிறேன்."

அது, அன்று பேசிய எந்த மாணவரும் சொல்லாத பதில். எடுத்துக் கொள்ளாத துறை. நிலை, கூடியிருந்த மாணவர்கள் 'படபட'வென கைத்தட்டினார்கள்.

"அது சாத்தியமா இல்லையா என்பதெல்லாம் எனக்குத் தெரியாது. அந்தத் துறை எனக்குப் பிடித்திருக்கிறது" என்றார் தொடர்ந்து.

பின்னாளில் திரைப்படத் துறையில் ஒரு இயக்குனராக பிரபலமான பின்பு, அதே அண்ணாமலை பல்கலைக்கழக நிகழ்ச்சியொன்றில் பங்குபெறுகையில் இதை நினைவு கூர்ந்து, "இந்த அண்ணாமலை பல்கலைக்கழகம் தான் என்னுடைய திறமையை நான் வெளிக்காட்ட அடித்தளம் அமைத்துக்கொடுத்தது" என்றார் உண்மையான நெகிழ்வோடு!

அண்ணாமலை பல்கலைக்கழக அனுபவங்கள்

பாலசந்தர் சாதாரணக் குடும்பத்தில் பிறந்து, நன்னிலம் கிராமத்தில் பள்ளிப் படிப்புப் படித்தவர். அங்கிருந்து சிதம்பரம் அண்ணாமலைப் பல்கலைக்கழகம். அங்கு படித்த நான்கு வருடங்களும் அவருடைய வாழ்க்கையில் மிக முக்கியமான வருடங்கள். உலகம் புரிய

ஆரம்பித்தது. தன்னம்பிக்கை, ஆர்வம், சாதிக்கவேண்டும் என்ற உந்துதல் எல்லாம் அதிகரித்த இடம் அதுதான். அங்கு அவருக்கு நல்ல Exposure கிடைத்தது. தற்செயலாக அந்த நாலு வருடங்களில் இந்திய அரசியலிலும், தமிழ்நாட்டு அரசியலிலும் நிறைய முக்கிய சம்பவங்கள் நடந்தேறின.

ஒருபுறம் சுதந்திரப் போராட்டம், தேச விடுதலைக்கான இந்திய தேசிய காங்கிரசின் முயற்சிகள். இன்னொருபுறம், திராவிட நாடு கேட்டு திராவிடர் கழகம் போராட்டம்.

மாணவர்கள் அரசியலிலும், சமுதாய மாற்றங்களிலும் உண்மையான ஆர்வமும், தீவிர ஈடுபாடும் காட்டிய காலம். அப்படியொரு நிலை இருந்தது. ஆனால், எல்லாம் கல்லூரிகளுக்கு வெளியேதான் என்ற நிலைப்பாட்டை எல்லா கல்லூரி நிர்வாகங்களும் எடுத்திருந்தன.

இவற்றில் ஒரு தனித்தீவாய் இயங்கியது அண்ணாமலை

பல்கலைக்கழகம் தான். அங்கு பல்கலைக்கழக வளாகத்திற்குள்ளும் அரசியல் தடை செய்யப்படவில்லை. அந்த சுதந்திரம் இருந்தது.

மாணவர்களுக்கும் கருத்து சுதந்திரமும், அதை வெளிப்படுத்த வாய்ப்புகளும் இருந்தன. தமிழக அரசியலில் பிற்காலத்தில் பெரும் மாற்றங்கள் வந்ததற்கு அண்ணாமலை பல்கலைக்கழகத்தின் அன்றைய சூழ்நிலையும் ஒரு காரணம். தி.மு.க.வின் ஐம்பெரும் தலைவர்களாக ஆரம்பத்தில் கண்டறியப்பட்ட, மறைந்த மதியழகன் அவர்கள், இராம. அரங்கண்ணல் அவர்கள், இளம்வழுதி அவர்கள் (பரிதி இளம்வழுதியின் தந்தை) எல்லாம் பாலசந்தர் அவர்களுக்கு அண்ணாமலை பல்கலைக்கழத்தில் ஓரிரு ஆண்டுகள் சீனியர்.

மாணவர் தலைவராக இருந்த அவர்கள் எல்லாம் வந்து கூட்டங்களில் பேசுவார்கள். அப்பொழுது தி.மு.க. ஆரம்பித்திருக்கவில்லை. அதன் தாய் கட்சியான தி.க. தான்.

இவர்கள் தவிர, நாவலர் நெடுஞ்செழியன் வந்து பேசுவார். அதேபோல மாணவர் காங்கிரசும் மிகப்பெரும் செல்வாக்குள்ள அமைப்பாக இருந்தது. அதிலிருந்தும் பல தலைவர்கள் பேசுவார்கள். கம்யூனிஸ்டு கட்சியில் பால தண்டாயுதம் என்றொரு தலைவர். மிக அருமையாக பேசுவார். Elegant ஆக இருக்கும் அவர் பேச்சு. மாடிக்குப் போகும் ஒரு படிகட்டு வளைவில் 'ஸ்டூல்' போட்டு அதன்மீது நின்று பேசுவார். இளைஞன் பாலசந்தர் நின்று அந்தப் பேச்சைக் கேட்பார். 'கடமையைச் செய்யணும், ஒழுங்கீனம் கூடாது, வறியவர்களுக்கு உதவணும்' போன்ற விஷயங்களை அருமையாகச் சொல்வார். பாலதண்டாயுதத்தின் பேச்சு மாணவர்களிடையே மிகவும் 'பாப்புலர்.'

பாலசந்தர் எல்லார் பேச்சுக்களையுமே கேட்பார். அதனால் அவருக்கு ஒரு Political awareness வந்துவிட்டது.

தந்தை பெரியார் பேச்சையும் பாலசந்தர் பலமுறை கேட்டிருக்கிறார். நன்னிலத்தில் கூட பெரியார் பேசியிருக்கிறார். பிராமணர்களை 'பாப்பான், பாப்பான்' ஏன்று சொல்லி கடுமையாகத் தாக்கிப் பேசுவார். அதைக் கேட்கையில் பாலசந்தர் மனசு ஒடிந்து போய்விடும். நான் என்ன பாவம் பண்ணினேன். 'அப்கோர்ஸ்

பாப்பானா பொறந்துட்டேன். என்ன பண்றது!' என்று மனசுக்குள் வருத்தப்படுவார்.

1947, ஆகஸ்டு மாதம் இந்தியாவிற்கு சுதந்திரம் வருகிறது. நேருதான் பிரதமராக வரப்போகிறார் என்று எல்லோரும் பேசிக் கொண்டார்கள். சுதந்திர தினத்தை கொண்டாட எல்லா இடங்களிலும் தடபுடலாய் ஏற்பாடு. ஆனந்த சுதந்திரம் அடைந்து விட்டோமென்று குதூகலம். இது ஒரு புறம்.

மற்றொரு பக்கம், பெரியார் பேசுகிறார். சுதந்திர தினத்தை துக்க நாளாக கடைப்பிடிக்க வேண்டும் என்கிறார். பெரிய சர்ச்சை, சுதந்திர தினம் கறுப்பு தினம் என்று தி.க. சார்பில் கூட்டங்கள்.

பல்கலைக்கழகத்தில் மாணவர்களும் இதனால் பிரிந்து நின்றார்கள். மாணவர் காங்கிரசில் எண்ணிக்கை அதிகம். தி.க.வில் குறைவாக இருந்தாலும், உணர்வு கொள்கை பிடிப்பு அதிகம். வகுப்புகளுக்குக்கூட கறுப்பு சட்டை போட்டுக்கொண்டு வருவார்கள்.

15.08.1947 முடிந்தது. 16.08.47 காலையில் பல்கலைக்கழகத்தில் ஒரே பரபரப்பு. அங்கு மறைந்த சில்வர் டங்க் வி.எஸ்.சீனுவாச சாஸ்திரி (அங்கு துணை வேந்தராக இருந்தவர்) நினைவாக சாஸ்திரி ஹால் என்று பெரிய மண்டபம். அங்குதான் பட்டமளிப்பு விழாக்கள் நடக்கும். அதன் மீது ஒரு பெரிய மணிக்கூண்டு.

அந்த மணிக்கூண்டின் மீது கறுப்புக் கொடி பறக்கிறது. நாடு சுதந்திரம் பெற்ற அன்று... அந்த பல்கலைக்கழக வளாகத்தில், முக்கிய மண்டபத்தின் உச்சியில் கறுப்புக் கொடி!

காங்கிரஸ் மாணவர்களும், தேச பக்தர்களும் வெகுண்டு எழுந்தார்கள். குமுமினார்கள். அதை உடனே இறக்கியாக வேண்டும் என்ற பெரிய கோரிக்கையுடன், கும்பலாகப் போய் நிர்வாகத்திடம் கூப்பாடு போட்டார்கள்.

அதே சமயம் தி.க.வினரிடமிருந்து அதை இறக்கக்கூடாது என்று எதிர்க்கூச்சல், நிர்வாகத்திடமிருந்து சரியான பதில் இல்லை. நேரம் ஓடிக்கொண்டிருந்தது. காங்கிரஸ் மாணவர்கள் முடிவு செய்தார்கள். அறிவித்தார்கள்... 'நிர்வாகம் அந்த கறுப்புக் கொடியை இறக்க

வேண்டும். அவர்கள் இறக்காவிட்டால் நாளை காலை 8 மணிக்கு நாமே அதை இறக்குவோம். எதிர்ப்பு வந்தால் பார்த்துக்கொள்ளலாம்.' வளாகம் முழுக்க இதே பேச்சு. உணர்வுகள் கொப்பளித்தன. எங்கும் பதட்டம்.

மறுநாள் காலை 8 மணி. எல்லா இடமும் ஒரே 'பதட்டமா' இருந்தது. காங்கிரஸ் மாணவர்கள் கருப்புக் கொடியை இறக்க பெரிய கூட்டமாகப் போகிறார்கள். அப்பொழுது அவர்களை சிலர் அடித்து விரட்டுகிறார்கள். அடித்தவர்கள் கட்டைகள், கம்புகள் எல்லாம் பயன்படுத்தினார்கள். மாணவர்கள் தவிர வெளியாட்களும் இருந்தார்கள் போல. ரணகளம்.

வளாகத்துக்குள் அரசியல் கூட வரலாம். ஆனால், போலீஸ் வரவேக்கூடாது என்று எழுதப்பட்ட சட்டம் முதன் முறையாக மீறப்பட்டது. போலீசுக்கு தகவல் போக, அவர்கள் ஒரு லாரியில் வந்து இறங்கி கண்ணில் பட்டவர்களையெல்லாம் அடித்து விரட்டினார்கள். தி.க.வைச் சேர்ந்த மதியழகன் (முன்னாள் சபாநாயகர்) பயங்கரமாக அடிபட்டார்.

நிலைமை கொஞ்சம் கட்டுக்குள் வந்ததும், விசாரித்தார்கள். யார் தீவிர காங்கிரஸ், யார் தீவிர தி.க. என்று. அவர்களின் ஹாஸ்டல் அறைகளுக்குப் போய்ப் பார்த்தார்கள். அதிர்ச்சி காத்திருந்தது. பல தி.க.வினரின் அறைகளில் கம்புகளும், உருட்டுக் கட்டைகளும் இருந்தன. மேலும் சில அறைகளில் இருந்து சிதம்பரம் போன்ற ஊர்களில் இருந்து வந்திருந்த மாணவரல்லாத வெளியாட்கள் எழுந்து ஓடினார்கள்!

பின்பு போலீசாரே அந்த கருப்புக் கொடியை இறக்கினார்கள். அதை இறக்குவதற்காக அந்த மணிக்கூண்டின் மீது ஏறுவதற்கு அவர்களே மிகவும் சிரமப்பட்டார்கள். எப்படித்தான், அவ்வளவு உயரத்தில் எந்த பிடிமானமும் இல்லாத வழியாக ஏறி, கருப்புக் கொடியை எவருக்கும் தெரியாமல் சில மாணவர்கள் கட்டினார்களோ...! ஆச்சர்யமாகத்தான் இருந்தது பாலசந்தருக்கு.

இவற்றையெல்லாம் நடக்கும்பொழுதே நேரடியாக பார்த்ததால், அரசியல் என்றால் வன்முறை என்று அவர் மனதில் அப்பொழுதே ஏற்பட்டுவிட்டது.

கே. பாலசந்தர் - வேலை ✱ டிராமா ✱ சினிமா

அண்ணா மீது ஏற்பட்ட மரியாதை

காங்கிரஸ் பேரியக்கம் போராடி நாட்டிற்கு விடுதலை பெற்றுக்கொடுத்தது. அதனால், பல ஆண்டுகளாக இருந்த கனவு நினைவானது. எல்லாம் முடிந்தது, இனி இந்தியா சுதந்திர நாடு. இந்த நினைப்போடு இருக்கையில்தான் பெரியார் (ஈ.வே. ராமசாமி) சுதந்திர தினம் ஒரு துக்க நாள். யாரும் கொண்டாட வேண்டாம் என்றெல்லாம் பிரச்சாரம் செய்து கொண்டிருந்தார்.

இது மாணவர் பாலசந்தருக்குப் பிடிக்கவில்லை. அப்பொழுது அதே தி.க.வில் இருந்த அண்ணாதுரை அவர்கள் பெரியாரின் கருத்துக்கு மாற்றாக சுதந்திரத்தைக் கொண்டாடலாம் என்றார்.

இதனால் பாலசந்தரின் பார்வையில் அண்ணா மிக உயரமானவராகத் தெரிந்தார். அவர் தேசியக் கண்ணோட்டம் கொண்டவராக உணரப்பட்டார். அப்போதிலிருந்தே அண்ணா மீது பாலசந்தருக்கு தனி மரியாதை. பின்னாளில் தான் எடுத்த திரைப்படத்தில் அண்ணா அவர்கள் பேசுவதைக் காட்டியதுடன், அவர் குரலையே ஒலிக்கவும் செய்து தனக்கு அண்ணா மீதிருந்த அபிமானத்தைக் காட்டினார்.

பிஎஸ்சி படிப்பு முடிந்து, பல்கலைக்கழகத்தை விட்டு பிரிய மனமில்லாமல் பிரிந்து, மீண்டும் தன் சொந்த ஊரான நல்லமாங்குடி வந்தார். வந்திருந்த சில நாட்களிலேயே ஒரு தினசரி பேப்பரில் ஒரு விளம்பரத்தைப் பார்க்க நேர்ந்தது. முத்துப்பேட்டை பள்ளிக்கு Untrained Graduates (பயிற்சி பெற்றிருக்காத பட்டதாரி)களை ஆசிரியர் வேலைக்கு கேட்டிருந்தார்கள். 'போட்டுப் பாருடா' என்று தந்தை சொல்ல, பாலசந்தர் விண்ணப்பித்தார். எழுத்துத் தேர்வு, நேர்முகத் தேர்வு என்று எதுவுமே வைக்கவில்லை. ஒரு வாரம், பத்து நாட்களிலே வந்து சேரலாம் என்று கடிதம் வந்துவிட்டது.

முதல் வேலை கிடைத்துவிட்டதே... வெறும் பத்தொன்பது வயதில். சந்தோஷமாய் கிளம்பிப் போனார். அந்த பள்ளிக்கு

ஜேம்ஸ் வேதநாயகம் என்று ஒரு தலைமையாசிரியர். மிகவும் நல்ல மனிதர். அதே சமயம் அதிக கட்டுப்பாட்டுடன் பள்ளியை நடத்தி வந்தார்.

பாலசந்தர் அப்பொழுது மிகவும் ஒல்லியாக இருப்பார். வயதும் 19 தான். அவருடைய மதிப்பெண் பட்டியல்கள், அவர் பெற்றிருந்த மிகச் சிறந்த நன்னடத்தை சான்றிதழ்கள் எல்லாம் பார்த்ததுமே தலைமையாசிரியர் அசந்துபோனார். அவருக்கு பாலசந்தரைப் பிடித்துப் போய்விட்டது. அதேசமயம் வாத்தியார் வேலையாயிற்றே. ஆள் மிகவும் சின்னப் பையனாக இருக்கிறானே என்ற நினைப்பும் இருந்திருக்கிறது.

'ஒண்ணும் பயப்படாத, உன்னையவிட பெரிய வயசு பசங்களெல்லாம் மாணவனாக உன் வகுப்பிலேயே இருப்பார்கள். அதைப் பற்றி கவலைப்படாதே. நீ பாட்டுக்கு வகுப்பு எடு!' என்று தைரியம் சொல்லி அனுப்பி வைத்தார்.

முதல் நாள் மட்டும் பாலசந்தருக்கு கொஞ்சம் பயமாக இருந்திருக்கிறது. தலைமையாசிரியர் சொன்னதுபோல ஒன்றிரண்டு மாணவர்கள் 20, 21 வயதினராகக்கூட இருந்தார்கள்.

தலைமையாசிரியரும், பாலசந்தருக்குத் தெரியாமல் வகுப்புக்கு வெளியே சுவற்றோரம் நின்று, வகுப்பு எப்படிப் போகிறது என்று கவனித்திருக்கிறார். புது ஆசிரியர் பாலசந்தர், தன்னை நிர்வகித்துக் கொள்வதிலும், வகுப்பு நடத்துவதிலும் கெட்டிக்காரர்தான் என்பதை சீக்கிரத்திலேயே தலைமையாசிரியர் புரிந்துகொண்டுவிட்டார். நான்காம், ஐந்தாம், ஆறாம் வகுப்புகளுக்கு பாலசந்தர் 'சயின்ஸ்' எடுப்பார். அதுதவிர எட்டாம் வகுப்புக்கு (மூன்றாம் பாரம்) அவர்தான் கிளாஸ் டீச்சரும் (வகுப்பாசிரியர்) கூட. அந்தப் பள்ளியில் காலையிலும், மாலையிலும் இடையே ஒரு பத்து நிமிடம் இடைவேளை விடுவார்கள். பையன்கள் தண்ணீர் குடிக்க, சிறுநீர் கழிக்க, அந்த 'பிரேக்' முடிந்து வரும் பையன்கள் சிலரிடமிருந்து பீடி வாடை வரும்.

பாலசந்தர் ஓரிடத்தில் நிற்காமல் வகுப்பறையை சுற்றி நடந்தபடியே பாடம் எடுக்கும் பழக்கமுடையவர். அப்படி நடந்தபடி சில

பையன்கள் அருகில் போனால், அவர்கள் இவரை விட்டு விலகி விலகி நகர்வார்கள். காரணம் பீடி!

தலைமையாசிரியரிடம் இதுபற்றி அவர் கவலையாய் கேட்டிருக்கிறார். 'இந்த ஊருக்கு இப்பத்தான் உயர்நிலைப் பள்ளியே வந்திருக்கு... போகப் போக எல்லாம் சரியாயிடும்' என்று சமாதானம் சொல்லியிருக்கிறார்.

இங்கும் நாடகம்

பள்ளி ஆண்டு விழா. பாலசந்தர் தலைமையாசிரியரிடம் கேட்டார். 'பசங்களை வச்சு ஒரு நாடகம் போடலாமா சார்?' "வெரிகுட், நல்லா செய்யுங்களேன்" என்றார் தலைமையாசிரியர். அங்கு பெரிய மேடையெல்லாம் கிடையாது. சின்ன ஊர்; சிறிய பள்ளிதானே. பிரேயர் ஹாலில்தான் போட வேண்டும். ஒரு சிறிய நாடகம் எழுதி, பையன்களை நடிக்க வைத்தார். பார்த்தவர்கள் நாடகம் நன்றாகயிருந்தது என்று பாராட்டினார்கள்.

அதற்கும் அடுத்த ஆண்டு, பையன்களை வைத்து ஒரு நிகழ்ச்சி நடத்தினார். அதற்கு ஏகப்பட்ட பாராட்டு. அவர் நடத்திய நிகழ்ச்சி என்ன தெரியுமா? 'மாதிரி பாராளுமன்றம்'தான். ஆமாம். அவர் பல்கலைக்கழகத்தில் பார்த்து ரசித்து மகிழ்ந்த அதே மாக் பார்லிமெண்ட்தான்.

அம்மாபேட்டை, அந்தப் பள்ளி மாணவர்கள், ஆசிரியர்களுக்கு சம்மந்தமான விஷயங்களை வைத்து அவர் நடத்திய 'மாக் பார்லிமெண்ட்' அனைவராலும் மிகவும் ரசிக்கப்பட்டது. 'பசங்கல்லாம் நல்லா பண்ணினாங்க. Of Course... நீங்கதான் எழுதி எல்லாம் சொல்லிக் கொடுத்தது. வெரிகுட்' என்றார் தலைமையாசிரியர்.

பையன்களிடையே வாத்தியார் பாலசந்தர் மிகப் பிரபலம் ஆகிவிட்டார். அதுதவிர, உள்ளூர் பெரியவர்களும் அவரிடம் மிகுந்த மரியாதை காட்டுவார்கள். இவ்வளவு சின்ன வயதில் பொறுப்பான வாத்தியார் வேலையை சிறப்பாக செய்கிறாரே என்பதால் வந்த மரியாதை.

பள்ளிக்கூடத்துக்குப் பக்கத்தில் ஒரு தையல் கடை. இடைவேளை நேரங்களில் பாலசந்தர் அவர்கள் அங்குபோய் ஸ்டூலில் உட்கார்ந்து கொள்வார். அங்கு பலரும் அரசியல் பேசுவார்கள். அண்ணாதுரை, தமிழக அரசியலில் ஒரு பெரிய சக்தியாக வளர்ந்து கொண்டிருந்த நேரம் அது. அதைப் பற்றிய பேச்சுகள்தான் அதிகமிருக்கும்.

அந்த டிராமா போட்டவரோட அப்பா டா!

பாலசந்தருக்கு முதல் வேலை, முத்துப்பேட்டை ஹை ஸ்கூலில் வாத்தியார் வேலை. தன் பையன் படிச்சு முடிச்சு, ஒழுங்கா வேலைக்குப் போய்விட்டான் என்ற மன நிம்மதி அவருடைய அப்பாவிற்கு.

வேலைக்குப் போன மகனைப் போய், ஒரு நடை பார்த்துவிட்டு வரலாம் என்று முத்துப்பேட்டைக்குப் போகிறார். பள்ளிக்கூடத்துக்குள் நுழைந்து அங்கிருந்த சில மாணவர்களிடம் புதிதாய் வேலைக்குச் சேர்ந்திருக்கும் மகன் பாலசந்தர் பற்றி விசாரிக்கிறார்.

கே.பி.யைப் பற்றி விபரம் சொல்லி கேட்டதுதான் தாமதம், அங்கு உடன் ஒரு பரபரப்பும், மகிழ்ச்சியும் தொற்றிக் கொண்டதைப் பார்த்தார். அவருக்கு ஒரே 'ஷாக்', அதற்குள் இவனை இவ்வளவு பேருக்குத் தெரிந்திருக்கிறதே! என்று. மாணவர்கள் தங்களுக்குள் சத்தமாய் பேசிக் கொள்கிறார்கள். 'டேய்... அந்த டிராமாப் போட்டவரைப் பற்றி கேக்குறாரடா..." 'அந்த டிராமா...' 'அந்த டிராமா...' "நிங்க யார் சார் அவருக்கு?" கேட்கிறார்கள். "அப்பா" என்கிறார். அவ்வளவுதான். பாராட்டுகள் குவிகின்றன. "சார் பிரமாதமா டிராமா போடுறார் சார், ரொம்ப புத்திசாலி சார் அவர்."

"படவா ராஸ்கல்... இன்னும் விடலையா இந்த டிராமாப் போடுற வேலையை இவன்! வேலைக்கு வந்த இடத்திலுமா டிராமா!!" என்று அவருக்கு மகா கோபம்.

இங்கிலீஷில் ஏன் குறைவான மார்க்?

இப்படியே முத்துப்பேட்டை பள்ளியில் வாத்தியாராகச் சேர்ந்து ஒரு வருடம், நாலு மாதங்களாகிவிட்டது. மீண்டும் ஒரு விளம்பரத்தைப் பார்க்கிறார். *AGS* எனப்படும் அக்கவுண்டண்ட் ஜெனல் சர்வீசஸ் அரசு அலுவலகத்தில் வேலைக்கு ஆள் எடுக்கிறார்கள். *Upper Divisional Clerk* எனப்படும் உயர்நிலை எழுத்தர் வேலை. 'கவர்மெண்ட்' வேலை. சென்னையில்.

விண்ணப்பித்தார். நேர்முகத் தேர்வுக்கு அழைக்கப்பட்டார்.

A. பாலகிருஷ்ணன் அய்யர் என்ற அக்கவுண்டண்ட் ஜெனரலே நேர்காணல் செய்கிறார். மிகப்பெரிய பதவியிலிருக்கும் அதிகாரமிக்க தலைமை நிர்வாகி அவர். பாலசந்தரின் மதிப்பெண் பட்டியலை புரட்டுகிறார். எதிரில் படபடப்புடன் அவரையே பார்த்தபடி பாலசந்தர் உட்கார்ந்திருக்கிறார்.

"பாட்டனியில் பர்ஸ்ட் கிளாஸ். ஜுவாலஜியில் பர்ஸ்ட் கிளாஸ். குட்... கெமிஸ்டிரியிலும் பர்ஸ்ட் கிளாசா... வெரிகுட்... அடுத்து 'லாங்குவேஜஸ்'ல எவ்வளவுன்னு பார்க்கலாமா... பிரெஞ்சிலும் பர்ஸ்ட் கிளாஸ்... பரவாயில்லையே... இங்கிலீஷ்ல? அட... இதுல மட்டும் ஏனப்பா தேர்டு கிளாஸ்...?"

ஆச்சரியமும்... விரைப்புமாய் கேட்கிறார். "மற்றதில் எல்லாம் பாருங்க சார்... பர்ஸ்ட் கிளாஸ்..." இளைஞன் பாலசந்திரன் தன் நாற்காலியின் நுனிக்கு வந்து விட்டார். எம்பி.... மார்க் ஷீட்டில் விரல் வைத்து சுட்டிக் காட்டுகிறார்.

ஏஜியா கொக்கா? "அதெல்லாம் சரிப்பா... இங்கிலீஷ்ல ஏன் மார்க் குறைச்சலா இருக்கு?" விடாப்பிடியாக அதையே கேட்டு, இண்டர்வியூவை முடிக்கிறார்.

'இங்க இங்கிலீஷ் ரொம்ப முக்கியம்போல... சே...! நமக்கு அதுல போய் மார்க் குறைஞ்சுபோச்சே... இந்த வேலை கிடையாது' என்று முடிவே செய்துவிட்டார். ஆனால், இண்டர்வியூ முடித்த பதினைந்தே நாட்களில் டானென்று முத்துப்பேட்டை பள்ளிக்கூட முகவரிக்கு AGS அலுவலகத்தில் இருந்து வந்து சேர்ந்தது அப்பாயிண்ட்மெண்ட் ஆர்டர்.

இரண்டாவது வேலை

கல்லூரியில் பட்டப்படிப்பு முடித்து, அடுத்து ஆசிரியராய் ஒரு வேலையும் பார்த்துவிட்டு, அடுத்து சென்னை மாநகரில் நிம்மதியான அரசுப் பணியில் வேலை. அப்பொழுது AGS அலுவலகம் செயின்ட் ஜார்ஜ் கோட்டையில் இருந்தது. பத்தோடு பதினொன்றாவது ஆபிசாக... தனி அலுவலகத்துக்காக தேனாம்பேட்டையில் கட்டிடம் தயாராகிக் கொண்டிருந்த நேரம்.

சென்னை புதுசு. வேலையில் சேர்ந்ததும்தான் கவனித்தார். தன் சொந்தக்காரப் பையன் டிஎஸ்.வைத்தியநாதன் அதே AGS அலுவலகத்திலேயே வேலை செய்கிறான் என்பதை. வைத்தியநாதன் பாலசந்தருக்கு 6 மாதம் முன்பே அந்த வேலையில் சேர்ந்தவர். அவருடனேயே தி.நகர். பிரகாசம் சாலையில் 10-ம் எண் வீட்டில் அவருடைய அறையிலேயே தங்கிக் கொண்டார்.

பாலசந்தருக்கு வேலைக்குச் சேர்ந்ததும் பெரிய பொறுப்புகள் ஏதும் கொடுக்கப்படவில்லை. எவர் புதிதாய் சேர்ந்தாலும் முதலில் 'அப்ரண்டிஸ்' செக்ஷன்தான். நாலு மாதமாவது அங்கிருக்க வேண்டும்.

வேலைக்குச் சேர்ந்ததும், அங்கு சைக்கிள் வாங்க முன் பணம் கொடுப்பார்கள் என்று தெரிய வந்தது. தன் நீண்ட நாள் கனவை சந்தோஷமாக நிறைவேற்றிக் கொண்டார்.

மேலும், சென்னையில் அது அத்தியாவசியமாக இருந்தது. காலையில் அறையிலிருந்து இருவரும் சைக்கிளில்தான் கிளம்புவார்கள். மிதித்துக்கொண்டே மாம்பலம் ரயில் நிலையம் வந்து, அங்கு சைக்கிளை விட்டுவிட்டு, மின்சார ரயில் ஏறி, கோட்டை ஷ்டேஷனில் இறங்குவார்கள். அங்கிருந்து அலுவலகத்திற்கு குட்டி நடை. போகும் பொழுதுதான் பாலசந்தர், உறவினர் வைத்தியநாதனுடன் போவார். மாலை அலுவலகம் முடிந்ததும் பாலசந்தரின் போக்கிடங்கள் வேறு.

சென்னைக்கு அவர் வந்த காலக்கட்டத்தில் (1949) 'டிரிப்ளிகேன் பைன் ஆர்ட்ஸ் கிளப்' மிகவும் வெற்றிகரமான நிறுவனம். துப்பறியும் சாம்புவாக நடித்து புகழ்பெற்ற சாம்பு நடராஜ் அய்யர் நடத்தி வந்த சபா. திருவல்லிக்கேணியில் இருக்கும்.

அலுவலகம் முடிந்தது, கர்ம சிரத்தையாக சைக்கிளை மிதித்துக் கொண்டுபோய், அந்த சபா முன்பு நின்று கொள்வார். போவோரும், வருவோருமாய் கலகலவென்றிருக்கும் அந்த வாசலையே பார்த்துக் கொண்டு மணிக்கணக்கில் நிற்பார்.

யாராவது தன்னைப் பார்த்து, 'ஏனப்பா, யார் நீ? எதற்கு நிற்கிறாய்?' என்று கேட்பார்கள் என்று நம்பிக்கை! ஆனால், இவரை யாரும் சட்டை செய்யவில்லை.

இந்த கிளப் தவிர, ஜெமினி, ஏவிஎம் போன்ற திரைப்பட நிறுவனங்கள் மீதும் மிகப்பெரிய பிரமிப்பு கொண்டிருந்தார். அண்ணா மேம்பாலம் அருகில் இருந்த (தற்போதைய பார்க் ஹோட்டல்) ஜெமினி ஸ்டுடியோ முன்பு போயும் நிற்பார். சமயத்தில் எதிரில் இருக்கும் 'அமெரிக்கன் கான்சலேட்' வாசல் அருகில் நின்றபடி ஜெமினி ஸ்டுடியோவையும் அதற்குள் போவோர் வருவோரையும் மணிக்கணக்கில் பார்த்துக்கொண்டிருப்பார். குறிப்பாக எந்த காரியமும் இருக்காது. ஆனாலும் அங்குபோய் நின்று பார்த்துக்கொண்டிருப்பார்.

அப்பொழுது கல்கி பத்திரிகையில் கொத்தமங்கலம் சுப்பு எழுதிய 'தில்லானா மோகனாம்பாள்' தொடர்கதையாக வரும். அதற்கு

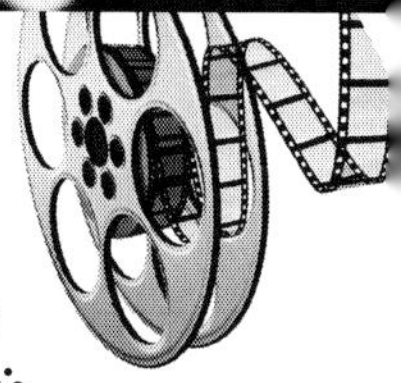

அழகழகாக ஓவியர் கோபுலு படம் போடுவார். பத்திரிகையில் வரும் அந்தப் படங்களைப் பார்த்துப் பார்த்து வெள்ளைத் தாளில் தானும் போடுவார் பாலசந்தர். அது தவிர இன்னும் 'ஸ்பிரே' முறையில் உதறி உதறி போடும் பல வண்ணப் படங்களையும் போடுவார்.

இப்படிப் போட்ட படங்களை என்ன செய்வார் தெரியுமா? ஜெமினி ஸ்டுடியோவுக்கு தான் அனுப்பும் விண்ணப்பங்களுடன் இணைத்து அனுப்புவார். ஆம்... AGS அலுவலகத்தில் ஒரு ஒயிட் காலர் வேலையில் சேர்ந்த பிறகும், நாடகம், சினிமா ஆசை குறையவில்லை.

ஆங்கிலத்தில் டைப் அடித்து, வேலை கேட்டு ஜெமினிக்கு அனுப்புவார். ஜெமினி ஸ்டுடியோவிலிருந்து தவறாமல் டைப் அடித்து பதில் வரும்.

'தற்போது எந்த வேலையும் காலியில்லை. தேவைப்படும்பொழுது தெரிவிக்கிறோம்' என்று.

அந்தக் கடிதத்தில் அந்த நிறுவனம் சார்பாக கையெழுத்து கணேஷ், Casting Assistant என்றிருக்கும். அந்த கணேஷ் யார் தெரியுமா? பிற்காலத்தில் கே.பி.யின் பல படங்களில் கதாநாயகனாக நடித்த காதல் மன்னன் ஜெமினி கணேசன் அவர்களேதான்.

ஜெமினி போன்ற பெரிய நிறுவனத்திலிருந்து வந்ததால், Regret தபாலாய் இருந்தும், அதை பொக்கிஷமாய் வைத்திருக்கிறார் கே.பி.

அலுவலகம் போவது தவிர வேறு வேலை ஏதுமில்லாததால், திரைப்படங்கள் பார்க்க நிறைய நேரம் கிடைத்ததுபோக, கையில் தானே சம்பாதிக்கும் காசு வேறு இருந்தது. வடசென்னை உட்பட பல்வேறு இடங்களில் உள்ள எல்லா திரையரங்குகளுக்கும், தேடிதேடிப் போய் படம் பார்ப்பார். அலைச்சலுக்கு கவலைப் படுவதேயில்லை.

சின்ன வயதில் பெரிய பொறுப்பு

பாலசந்தருக்கு திருமணமாகி நாலு மாதங்கள் இருக்கும். சென்னையில் கோபாலபுரத்தில் 4வது தெருவில், 9-ம் எண்ணுள்ள வாடகை வீடு. தேனாம்பேட்டை ஏஜிஎஸ் அலுவலகத்தில் 'கிளார்க்' வேலை. மாத சம்பளம் ரூ.125. அதில் வாடகைக்கு மட்டுமே ரூ.50 போய்விடும்.

அலுவலகப் பரீட்சை எழுதினால், அதில் தேறினால் பதவியுயர்வுகள் கிடைக்கும், சம்பளம் கூடும். தெரிந்துகொள்கிறார். எழுதுகிறார். அந்தத் தேர்வை எழுதுவதில் முயற்சிப்பதில், நூற்றுக்கு ஆறுபேர் மட்டுமே தேறக்கூடிய கடுமையான அந்த முதல்நிலைத் தேர்வை ஒரே மூச்சில் முதல் முயற்சியிலேயே பாலசந்தர் 'பாஸ்' பண்ணிவிட்டதாக 'ரிசல்ட்' வருகிறது.

புது மனைவி ராஜம் வந்த நேரம்தான் இதற்கு காரணம். 'பானை பிடித்தவள் பாக்கியசாலி' என்று பாலசந்தர் 'பாஸ்' பண்ணியதற்கான

முழு கிரெடிட்டையும், பாராட்டையும் வீட்டில் உள்ளவர்கள் அவருடைய மனைவிக்கே கொடுத்தார்கள். புது மனைவி, புது அலுவலகம், புது வீடு... கொஞ்சம் நாடக வாய்ப்புகள் என்று வாழ்க்கை சந்தோஷமாகப் போய்க்கொண்டிருந்தது.

பம்பாய் சலோ

பாலசந்தருக்கு திருமணம் ஆவதற்கு முன்பே அவருடைய தங்கை ஜெயத்திற்கும் திருமணம் முடிந்து விட்டிருந்தது. தங்கையின் கணவர் சங்கர் அவர்கள் எல்ஐசியில் முக்கியமான பதவியில் இருந்தார். அவர்களுக்கு இரண்டு பெண் குழந்தைகள்... மூத்த பெண்ணுக்கு 3 வயது. மற்றொரு பெண்ணுக்கு ஒரு வயது... இரண்டு பிள்ளைகள் பெற்றிருந்த அவருடைய தங்கைக்கு வயது 20 தான்.

தங்கை திருமணமாகி, குழந்தைகள் பெற்று மும்பையில் சந்தோஷமாக அழகாக தனிக் குடித்தனம் செய்வது பற்றி வீட்டில் அனைவருக்குமே பெருமையும், பூரிப்புமாய் இருந்த நேரம் அது.

அப்பா இல்லை. அம்மா சொந்த கிராமத்திலேயே இளவயதிலேயே கணவனை இழந்த இரண்டாவது பெண்ணோடு வாழ்ந்து வருகிறார். அப்பொழுது பாலசந்தருக்கு ஒரு கடிதம் வருகிறது. அம்மாதான் எழுதியிருந்தார்கள்.

“தங்கை ஆம்படையானுக்கு உடம்பு சரியில்லையாம். ஆஸ்பிட்டல்ல சேர்ந்திருக்காளாம். நீ ஒரு நடை போய் பார்த்துவிட்டு வா” அப்பா இல்லாததாலும், அண்ணன் திருச்சியில் வேலையாய் இருப்பதாலும் அம்மா சொல்படி, அலுவலகத்துக்கு லீவு போட்டுவிட்டு தன் மனைவியையும் அழைத்துக்கொண்டு பம்பாய் போகிறார்.

தங்கைக்கு பம்பாயில் ‘தானா’ என்ற இடத்தில் குடித்தனம். கணவர், குழந்தைகள், அவள். அவ்வளவுதான். அவள் வீட்டில் உதவிக்கு வேறு யாருமில்லை. கணவரை உடம்பு சுகமில்லை என்று ஒரு பெரிய மருத்துவமனையில் சேர்த்திருந்தார்கள். பாலசந்தர் பம்பாயில் தங்கை வீட்டிற்குப் போய்ச் சேர்ந்ததும் தன் மனைவியை அங்கே விட்டுவிட்டு, உடன் மருத்துவமனைக்குப் போய் தங்கை கணவனைப் பார்க்கிறார்.

'ரிலேட்டிவ்ஸ்' யாரும் வரலையா?

சொந்தக்காரர்கள் யாராவது வந்திருக்கிறார்களா? என்று மருத்துவமனையில் அடிக்கடி கேட்பதாய் தங்கை சொல்லியிருந்தாள். அதனால் தனியறையில் இருந்த தன் மாப்பிள்ளையைப் பார்த்துவிட்டு, தேடி, டாக்டரைப் போய் பார்க்கிறார் பாலசந்தர். அவர்கள் உடனே பாலசந்தரை தலைமை மருத்துவரிடம் (டீன்) அழைத்துப் போகிறார்கள். பாலசந்தர், தான் அந்த பேஷண்டுக்கு இன்னார் என்று சொன்னதும் சடக்கென்று 'டீன்' விஷயத்திற்கு வந்துவிட்டார். அவர் சொன்னார்.

"Your brother in law is suffering from cancer, he will not survive long. Better remove him"

உங்கள் தங்கை கணவருக்கு கேன்சர். நெடுநாள் உயிர் வாழமாட்டார். சீக்கிரம் எடுத்துக்கொண்டு போய்விடுங்கள் என்று சொல்லக்கேட்டால் எப்படியிருக்கும் பாலசந்தருக்கு! விஷயத்தைச் சொல்லிவிட்டு அவர்கள் கிளம்பிவிட்டார்கள். இதைக் கேட்டதும் இருபத்தி இரண்டே வயதாகிய இளைஞன் பாலசந்தருக்கு கொஞ்ச நேரம் ஒன்றுமே புரியவில்லை. விஷயம் சரியாய் புரியவே கொஞ்ச நேரமாகிறது. என்ன சொல்கிறார்கள் இவர்கள்... மாப்பிள்ளை பிழைக்க மாட்டாரா! தலையில் பேரிடி இறங்கியது போலிருந்தது. காலுக்குக் கீழே தரையிருப்பதாகவே தெரியவில்லை. சமைந்துபோய் அப்படியே கொஞ்ச நேரம் உட்கார்ந்திருந்தார்.

கேன்சர் வந்து, அது பரவி... 'இனி ஒன்றும் முடியாது' என்று சொல்லிவிட்டார்களே!

இந்த விஷயமே தங்கைக்குத் தெரியாது. 'இரண்டொரு நாளில் வீட்டுக்கு கூட்டிக்கொண்டு போகலாம், டிஸ்சார்ஜ் செய்கிறோம், யாராவது வேறு சொந்தக்காரர்களை வரச்சொல்லுங்கள்' என்பது மட்டும் தங்கையிடம் சொல்லியிருந்திருக்கிறார்கள். வேறு எதுவுமே தங்கைக்குத் தெரியாது. பேஷண்டான தங்கை புருஷனுக்கும் தான் பிழைக்க மாட்டோம் என்று தெரியாது. அவர்கள், அவரிடம் சொல்லவில்லை. இவர்களுக்கேத் தெரியாது என்றால், 'நண்டும்

சிண்டு'களுமாய் இருந்த அந்த இரண்டு குட்டிப்பெண் குழந்தைகளுக்கு எப்படி தெரியும்? 'அப்பா இரண்டொரு நாள்ல வீட்டுக்கு வந்துவிடுவார்... மாமா ஊரிலிருந்து வந்தாச்சு' இப்படித்தானே நினைத்துக் கொண்டிருந்திருக்கும்!

எப்படிச் சொல்வேனடி?

பாலசந்தருக்கு ஒன்றும் புரியவில்லை. தான், தன் துக்கத்தை எப்படிக் கட்டுப்படுத்துவது? பக்குவமாய் எடுத்து தங்கைக்குச் சொல்லுவதா? இதைப் போய்ச் சொல்ல முடியுமா? முயன்று சொல்லிவிட்டாலும் கூட அவள்தான் தாங்குவாளா? அவளுடைய வயதென்ன! அவளுடைய பிள்ளைகளின் வயதென்ன!

இந்த விஷயத்தை அம்மாவிற்குச் சொல்வதா, வேண்டாமா? சொன்னால் அம்மா எப்படித் தாங்குவாள்? துடிதுடித்துப் போய்விடமாட்டாளோ? ஏற்கெனவே பால்ய விவாகம் செய்து ஒரு மகள் கணவனை பன்னிரண்டு வயதிலேயே இழந்து கைம்பெண்ணாய் ஒத்தையாய் வாழ்ந்து வர... இதென்ன கொடுமை! தங்கைக்குமா இந்த நிலை வரவேண்டும்? இது யார் இட்ட சாபம்? ஏன் இந்தக் கேடு?

மனதுக்குள் ஆயிரம் கேள்விகள் கூரிய அம்புகளாய் துளைத்தெடுக்க... உலகமே இருண்டு போனது போலிருந்தது. மனதும் உடலும் சோர்ந்து, வீட்டிற்குப் போகவே மனசில்லை. வெகு நேரம் கழித்து ஒருவழியாய் சமாளித்துக்கொண்டு மெதுவாய் வீட்டுக்கு கிளம்பினார். எலெக்டிரிக் டிரெயினில் ஏறினார். தானா ரயில்வே ஸ்டேஷனில் இறங்கியவர், அங்கேயே வெகு நேரம் தனியாய் பெஞ்சில் உட்கார்ந்து இருந்துவிட்டு, இருட்டிய பிறகுதான் வீட்டுக்குப் போனார்.

தயங்கியபடி வீட்டுக்குப் போனால், அங்கு தங்கையோ மகிழ்ச்சியாய் திரிகிறாள். 'ஆச்சு... இதோ... டிஸ்சார்ஜ்' என்கிற நம்பிக்கையில் அண்ணன் பாலசந்தரைப் பார்த்ததும் கேட்கிறாள், "என்னண்ணா டாக்டரைப் பார்த்தியா, என்ன சொன்னார்? "பாலசந்தரால் எதுவும் சொல்லவே முடியவில்லை. தங்கையைப் பார்த்தாலே கண்ணில்

ஜலமாய் கொட்டுகிறார்". இன்னும் இரண்டு நாள்ல டிஸ்சார்ஜ் பண்ணிடுவாங்களாம் என்றுமட்டும் வேறெங்கோ பார்த்தபடி முயன்று சாதாரணமாகச் சொல்லிவிட்டு, பாலசந்தர் விறுவிறுவென்று சாப்பிட்டுவிட்டு உடன் படுத்துவிடுகிறார். அதன் மூலம் அன்றைக்கு அந்த தக்கச் செய்தியைச் சொல்லும் துர்பாக்கியத்தினைத் தவிர்த்துவிட்டார்.

மறுநாள் மருத்துவமனைன போனதும், அவரை மீண்டும் தலைமை டாக்டர் அழைத்து, அவரை "உடனே வீட்டுக்கு கூட்டிட்டு

போங்க... அங்க நர்ஸ் வச்சுப் பார்த்துக்கங்க” என்றார். ஒரே நாளில் தொடர்ந்து பலமுறை அவர்களுடைய கோரிக்கை. அவர்களுடைய மருத்துவமனையில் ‘ஏதும்’ ஆகிவிடக்கூடாது என்பதில் அவர்கள் கவனமாக இருந்திருக்கிறார்கள். இப்படியே மறுநாளும் முடிந்து போனது. உள்ளத்தை பாறாங்கல்லாய் அழுத்தும் துக்கம். என்ன செய்வதென்றே புரியாத நிலை... அதற்கும் அடுத்த நாள் இரவுப் பொழுது, பாலசந்தர் மருத்துவமனையில் இருந்து திரும்பி வந்து வீட்டில் இருக்கிறார். தங்கை மருத்துவமனையில் இருக்கிறார். அப்பொழுது வீட்டிற்கு ஒரு அவசரத் தகவல் வருகிறது. தங்கை கணவர் காரியம் ஆகிவிட்டது என்று.

தங்கை மருத்துவமனையில், கணவர் அருகில் இருக்கையிலேயே ‘அது’ நிகழ்ந்துவிட்டது. கடைசிவரை பாலசந்தர் தன் வாயால் ‘அதை’ தங்கைக்குச் சொல்லவேயில்லை.

பாலசந்தர் பயந்தபடி, அவர் தங்கை அழுதிருக்கிறாள்தான். ஆனால், ஒரேயடியாய் கலங்கி அழுது ஆர்ப்பாட்டமெல்லாம் செய்யவில்லை. போல்டாக எடுத்துக்கொண்டு விட்டார்கள். கொஞ்ச நேரத்தில், நடந்ததை சந்திக்கத் தயாராகிவிட்டது போலிருந்தது அவர்கள் நடவடிக்கை.

வீட்டுக்கு தூக்கி வந்து, தகவல் சொல்ல வேண்டியவர்களுக்குச் சொல்லி, பம்பாயிலேயே இறுதிச் சடங்குகளை முடிக்கிறார் பாலசந்தர்.

அந்த சின்ன வயதில், தந்தையில்லாததால், அந்த பொறுப்பில் இருந்து இப்படிப்பட்ட காரியத்தை தானே செய்து முடிக்க வேண்டிய துர்பாக்கியத்தை நினைத்து வெகு நாட்களுக்கு வருத்தப்பட்டார்.

மனைவியின் மனக்குழப்பம்

‘நாத்தனார் கணவனுக்கு உடம்பு சரியில்லை, மும்பை போய் பார்த்துவிட்டு நாலு நாளில் வந்துவிடலாம்’ என்று கிளம்பி வந்த இடத்தில் எல்லாம் ஒரு பிரளயம் போல இப்படி நடந்து முடிக்க... அவர்களைப் போன்றே சின்ன வயதான பாலசந்தர் மனைவி

ராஜம் அவர்களுக்கும் பெரும் அதிர்ச்சியாகிவிட்டது. விக்கித்துப் போய்விட்டார்கள்.

சின்ன வயது நாத்தனார் இப்படி அநியாயமாக கணவனை சாகக் கொடுத்து விட்டார்களே என்ற துக்கம் ஒரு பக்கம் என்றால், தான் திருமணமாகி வந்த சில மாதங்களுக்குள் வீட்டில் இப்படி நடந்திருக்கிறதே இதை எப்படி எடுத்துக் கொள்வார்களோ என்ற பயமும், குழப்பமும் இன்னொரு பக்கம். ஆனால், எல்லா காரியங்களிலும் பாலசந்தர் அவர்களுக்கு உற்ற துணையாக உடன் இருந்து, நாத்தனாரையும் அவர்களின் குழந்தைகளையும் அனுசரணையாக பார்த்துக்கொண்டார்கள்.

மனிதரில் எத்தனை நிறங்கள்?

தங்கையின் கணவர் வேலை பார்த்த LIC அலுவலகம், பம்பாயில் Reclaimed எனும் கடலில் இருந்து மீட்கப்பட்ட ஒரு நிலத்தில் உயர்ந்து நிற்கும் ஒரே கட்டிடம். அதிகம் பழக்கமில்லாத பம்பாயில், அந்த பெரிய அலுவலகத்திற்குள் தனியாளாய் போய், பலரிடமும் பலதரம் பேசி தங்கைக்கு சேர வேண்டிய அவள் கணவரின் தொகைகள் பற்றி விசாரித்திருக்கிறார் பாலசந்தர்.

அப்படி விசாரிக்கப்போன அந்த அலுவலகத்தில் அவருக்கு வேறொரு அதிர்ச்சி காத்திருக்கிறது. இறந்த மாப்பிள்ளையின் தந்தை, LIC நிர்வாகத்துக்கு சங்கர் இறந்ததும் ஒரு கடிதம் எழுதியிருக்கிறார். அதில் இறந்த மகனுக்கு வழங்கப்படும் தொகைகள் அனைத்தும் சங்கரின் தந்தையான தனக்குத்தான் சேர வேண்டும் (மனைவிக்கும், குழந்தைக்கும் இல்லை) என்றும் அவன் 'எஸ்டேட்'க்கு, தான்தான் வாரிசு என்றும் குறிப்பிட்டு எழுதியிருந்தாராம்.

நல்ல வேளையாக, ஏதோ மனதில் தோன்றி, இறப்பதற்கு மூன்று மாதங்கள் முன்புதான் தற்செயலாக நிறுவனம் தரக்கூடிய எல்லா பெனிஃபிட்களுக்கும் உண்டான நியமனங்களை (Nomination) தன் மனைவி பெயருக்கு மாற்றியிருக்கிறார் மாப்பிள்ளை சங்கர்.

அவர் ஏன் அப்படி செய்திருந்தார்? அவருக்கு ஏன் அப்படிச் செய்ய

வேண்டுமென்று மூன்று மாதம் முன்பு திடீரென்று தோன்றியது. தெரியவில்லை. இதை அதிசயம் என்பதா அல்லது Premonition என்பதா? பாலசந்தருக்குப் புரியவில்லை.

மராட்டிய நண்பன் செய்த உதவி

தங்கை கணவர் வேலை செய்த இடம், முன்பின் தெரியாதவர்கள் இருக்குமிடம். தெரியாத மொழி பேசுமிடம். இதுபோல பல சங்கடங்கள் இருந்தாலும், ஒரு மராட்டிய நண்பர் இறந்தவரின் சகஊழியர், பெரிதும் உதவி செய்து, எல்லா வேலைகளையும் உடனிருந்து முடித்துக் கொடுத்து உதவி இருக்கிறார். அதுமட்டு மில்லாமல், ‘இறந்தவரின் வாரிசு’ என்று கருணை அடிப்படையில் மனைவிக்கு வேலை கேளுங்கள் என்றும் சொல்லிக் கொடுத்தார். அந்த மராட்டிய நண்பரை பாலசந்தர் இன்றளவும் நன்றியோடு நினைத்துப் பார்க்கிறார்.

என் பொறுப்பு

ஒரு வழியாக கனத்த மனதுடன் எல்லாம் முடித்துக்கொண்டு, தங்கையையும், அவருடைய குழந்தைகளையும் தன் மனைவியையும் அழைத்துக்கொண்டு சென்னை திரும்பினார். அனைவரையும் தன் கோபாலபுரம் வீட்டிலேயே தன்னோடு இருக்கப் பண்ணினார். இரண்டு சின்ன சின்ன குழந்தைகளுடன் இருபது வயதைத் தாண்டாத விதவை தங்கையின் வாழ்க்கை ஒரு பெரிய கேள்விக்குறியாக அனைவருக்கும் தெரிந்தது.

‘என்ன? எப்படிச் செய்யலாம்’ என்று அம்மா, மற்றவர்கள் கேட்டதற்கு...’ கொஞ்சம் கூட யோசிக்காமல் உடனே, ‘இவள் என் பொறுப்பு... நானே கடைசிவரை பார்த்துக்கொள்கிறேன்’ என்று தெளிவாய் சொல்லிவிட்டார் பாலசந்தர். அப்பொழுது அவருக்கு வயது 22 தான். அவருக்குத் திருமணமாகி 4 மாதங்களே ஆகியிருந்தன. குழந்தைகள் இனிமேல்தான் என்ற நிலை ஏஜிஎஸ் அலுவலகத்தில் கிளார்க் வேலை. மாதம் ரூ. 125 சம்பளம்.

மனைவியைக்கூட கலந்து பேசாமல் பாலசந்தர் எடுத்த முடிவு இது. கலங்கிப் போய், அவ்வப்பொழுது எதையோ நினைத்து அழுது கொண்டிருந்தவளைப் போய் என்ன கேட்க முடியும் என்று விட்டுவிட்டார்.

பிறகு முயன்று, நண்பர் சொன்ன வழியில் LIC-க்கு ஒரு கடிதம் கொடுக்க, தங்கைக்கு சென்னை LIC-யிலேயே வேலை கிடைத்தது. தங்கை குடும்பமும் பாலசந்தர் குடும்பமும் ஒன்றாகவே இருந்தனர். பாலசந்தர் மனைவி ராஜம் அவர்களின் அணுகுமுறையும், அணுசரனையும் இதில் மிக மிக அதிகம் என்று சொல்லவும் வேண்டுமா!

மனைவியை கலந்து ஆலோசிக்காமலேயே இதையெல்லாம் பாலசந்தர் செய்தாலும்... செய்ய முடிந்தாலும் கூட... ராஜம் அவர்களின் எண்ணமும் இதுவாகவே இருந்ததனால்தான் எல்லாம் சுமூகமாய்... சிறப்பாய் தொடர்ந்து நடக்க முடிந்தது. தங்கை வேலைக்குப் போனாள். தங்கை குழந்தைகள் பள்ளிக்குப் போய் படித்தன. காலம் உருண்டது.

தங்கையின் மூத்த பெண்ணை 'டாக்டருக்குப் படிக்க வைத்தார். அடுத்தவளை அவள் விருப்பப்படி பி.காம்., படிக்க வைத்தார். இரண்டு பெண்களுக்கும் தந்தையில்லை என்ற குறையே தெரியாதபடி வளர்த்ததில் திருமதி மற்றும் திரு. பாலசந்தர் இருவருக்குமே சம பங்கு உண்டு.

இன்றைக்கும் 'இயக்குநருக்கு' ஏதாவது ஒன்று என்றால், இந்த இரண்டு பெண் பிள்ளைகளாலும் தாங்க முடிவதில்லை. பொங்கிவிடுகிறார்கள். அழுதுவிடுகிறார்கள்... 'பாலு மாமா' என்றால் அவ்வளவு பாசம், பிரியம்.

தந்தையின் மறைவு

பாலசந்தரின் தந்தைக்கு, மகன் ஒரு படிப்பு படித்து நல்ல வேலையில் சேர்ந்து, நன்கு சம்பாதிக்க வேண்டும் என்ற ஆசையிருந்தது.

அவர் ஆசைப்பட்டபடி பாலசந்தரும் பி.எஸ்சி., பட்டப்படிப்பு

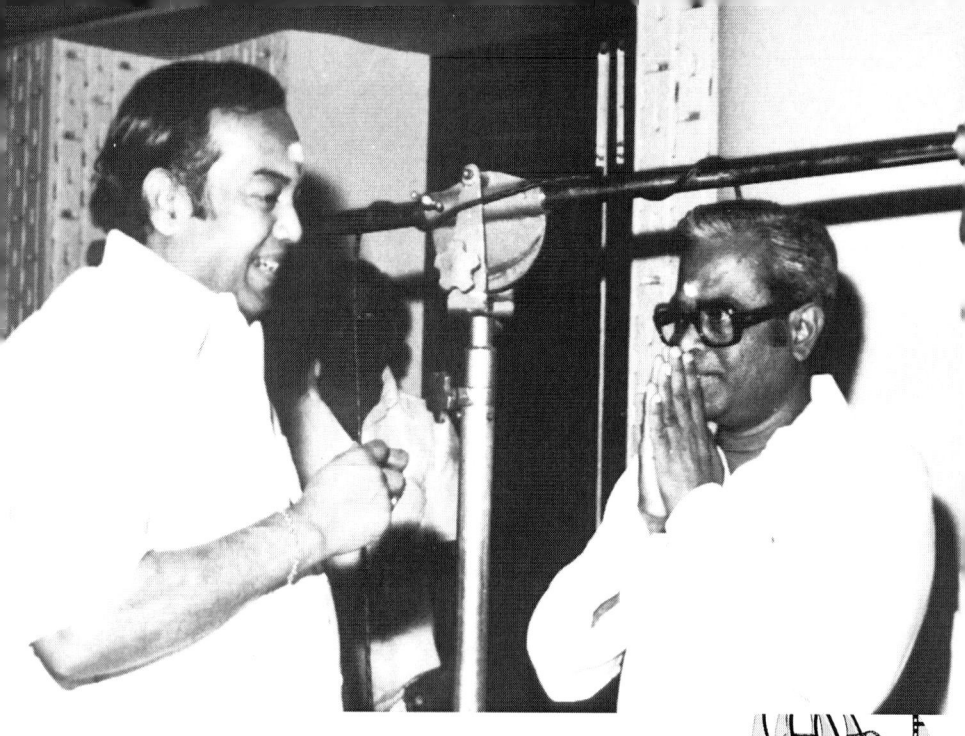

முடித்து அரசுப் பணியிலும் சேர்ந்துவிட்டார். சரி. தன் மகன் சம்பாதிக்க ஆரம்பித்துவிட்டான், பணம் அனுப்புவான் என்று தந்தை எதிர்பார்த்தார். முன்பு வாத்தியாராக பணியாற்றியபொழுது கொஞ்சம் பணம் அனுப்ப முடிந்தது. ஆனால், சென்னையில் வேலை செய்யும் தனக்கு அவரால் சம்பளத்தில் மீதம் பிடித்து ஏதும் தந்தைக்கு பணம் அனுப்பமுடியவில்லை.

அதைப் பற்றி தந்தை, பாலசந்தரின் தாயிடம் அடிக்கடி சொல்லுவார். அதற்கு, “அவன் பாவம் என்ன பண்ணுவான். மெட்ராசில கூடுதல் செலவாக இருக்கும்” என்று தாய் சமாதானம் சொல்வார்கள்.

வேலைக்குப் போன பிறகும், விடாமல் நாடகம்... நாடகம்... என்று அலைகிறானே, எப்படி உருப்படுவான் என்றுகூட அவர் கவலைப்பட்டது உண்டு.

அந்த நாடகத்தால், பெரும் புகழும், பணமும் சம்பாதித்ததை கடைசிவரை அவருடைய தந்தை பார்க்கவே முடியவில்லை.

பாலசந்தர் ஏஜிஎஸ் அலுவலக விஷயமாக Field Audit-க்காக விசாகப்பட்டினம் அருகில் உள்ள (புஸ்கரம் நடக்கும் ஊர்) ஊருக்குப் போயிருந்தார். அப்பொழுது அவருடைய தந்தையார் தவறிவிட்டார். தேடிப்பிடித்து தகவல் கொடுத்திருக்கிறார்கள். அவர் உடனே கிளம்பி விசாகப்பட்டினம் வந்து, அங்கிருந்து ரயில் பிடித்து சென்னை வந்து, அங்கிருந்து நன்னிலம் வந்து, பின்பு நல்லமாங்குடி வந்திருக்கிறார். வந்து சேரவே இரண்டு நாட்கள் ஆகிவிட்டது. கடைசியாகத் தந்தையைப் பார்க்க முடியவில்லை.

பின்னாட்களில் அவர் நாடகங்கள் போட்டு அவற்றின் வெற்றி விழாக்கள் பிரமாதமாக நடக்கும். ஒரு விழாவிற்கு அவருடைய தாயார் வந்திருந்தார்கள். பாலசந்தருக்கு கிடைத்தப் பாராட்டுகளை எல்லாம் கேட்ட தாயாரால், அன்றிரவு தூங்கவே முடியவில்லை. "உங்கப்பா இதையெல்லாம் பார்க்கலையேடா" என்று வாய்விட்டு அழுதார்கள்.

மாமனாரின் கவலை

நல்ல பையன். படித்திருக்கிறார். அரசு வேலையிலும் இருக்கிறார் என்று கட்டிக் கொடுத்தாயிற்று. ஆனால், மாப்பிள்ளை தொடர்ந்து கிளார்க்காவே இருக்கிறாரே. சேர்ந்து 3 வருஷம் ஆனதும் எழுதி பாஸ் பண்ண வேண்டிய 'சப்பார்டினேட்' தேர்வு இரண்டாம் பார்ட் எழுதாமல் நாடகம், நாடகமென்று அதன் மீதே கவனமாக இருக்கிறாரே என்று பெண்ணைக் கொடுத்தவருக்கு கவலை வந்துவிட்டது.

சேர்ந்து 5 வருஷம் ஆகிவிட்டது. இன்னும் எத்தனை நாளைக்கு இப்படியே என்று அவர் சொல்லியது காதுக்கு வர, மாப்பிள்ளை பாலசந்தருக்கு ரோஷம் வந்துவிட்டது. நாடகங்களை கொஞ்சம் மூட்டை கட்டி வைத்துவிட்டு அலுவலகத் தேர்வுக்காக முழு வீச்சில் படிக்கத் தொடங்கினார். நூறு பேர் எழுதினால் ஆறுபேர் மட்டுமே பாஸ் பண்ணிக் கொண்டிருந்த அந்தத் தேர்வை முதல் முயற்சியிலேயே பாஸ் பண்ணினார், மாமனாரிடமிருந்து புகாரே கூடாது என்ற நோக்கில்.

முன்பு ராஜம் அவர்களை பெண் பார்க்கப் போயிருக்கும் பொழுதுதான் அவர் எழுதியிருந்த அதே தேர்வின் முதல் பார்ம் முடிவுகள் வந்தன. அதில் அவர் தேறியிருந்ததைத் தெரிந்து கொண்டார்கள். மனைவி வரப்போகும் நேரம் என்று பெருமையை வருங்கால மனைவிக்குக் கொடுத்தார்கள்.

நாடகம் எழுதினார்

AGS அலுவலகத்தில் ஒரு மனமகிழ் மன்றம் (Recreation club) இருந்தது. அதன் செயலாளர் திரு. சுப்பையாவைப் பார்த்து பாலசந்தர், 'ஏன் நாம ஏதாவது நாடகம் போடலாமே' என்றார் ஒருமுறை.

அவரும் உடனே... 'நல்லா போடலாமே... ஏன், நீங்களே போடுங்களேன்' என்றார். பாலசந்தரின் மகிழ்ச்சிக்கு கேட்கவா வேண்டும்?

Cinema Fanatic (சினிமா பித்தன்) என்றொரு நாடகம் எழுதினார். இரண்டே கதாப்பாத்திரங்கள். இரண்டையும் தானே ஏற்று 'மோனோ ஆக்டிங்' செய்தார். அந்த நாடகம் பாரிமுனை ராஜா அண்ணாமலை மன்றத்தில் நடந்தது.

விஷயமும் நடிப்பும், வசனமும் மிகப்பிரமாதமாக ரசிக்கப்பட்டன. தலைமை தாங்கிய அக்கவுண்டண்ட் ஜெனரல் திரு. A. கல்யாண சுந்தரம் KBயை வெகுவாகப் பாராட்டுவிட்டு, ஒரு தங்க மெடலை மேடையிலேயே கொடுத்தார். பின்பு கீழே நின்று பலருடன் பேசிக் கொண்டிருக்கையில் 'சார் K.பாலசந்தருக்குக் கொடுத்தீங்களே அது கோல்டு மெடலா?' என்று ஆவலாய்க் கேட்டனர் சிலர்.

அது கோல்டு இல்லையப்பா 'கோல்டன்' மெடல் (தங்க முலாம் பூசப்பட்டது) என்று மிக அழகாக பதில் சொன்னார் AG. பின்பு AGS அலுவலகம் குடியெர்ந்து தேனாம்பேட்டை வந்துவிட்டது. பெரிய கட்டிடம், நிறைய வசதிகள், முழுவீச்சில் மனமகிழ் மன்றம், அந்த வளாகத்தில் ஒரு திறந்தவெளி கலையரங்கம் இருந்தது.

KB அதில் ஒரு நாடகம் போட்டார். அது அவருக்கு பெரும் பெயரை வாங்கித் தந்தது. ரவீந்திரநாத் தாகூரின் 'போஸ்ட் ஆபிஸ்' என்ற

கதையை தமிழ்ப்படுத்தி நாடகமாகப் போட்டார்.

அந்த நாடகத்தில் சில புதிய யுக்திகளைக் கையாண்டார். மேடை தவிர, மேடைக்கு வரும் படிக்கட்டுகள், அருகே இருந்த அறை மற்றும் பார்வையாளர்கள் அமர்ந்திருந்த இடம் முதலிய எல்லாவற்றையும் நாடகத்திற்குப் பயன்படுத்தினார்.

ஒரு கட்டத்தில் மேடைக்கு வரவேண்டியவர், பார்வையாளர்கள் மத்தியில் இருந்து ஓடி வர... (இதை அவர் செய்தது 1951ல்) கூட்டத்தில் ஒரே அதிர்ச்சி. ஆச்சர்யம், பின்பு ஆரவாரம். இது தவிர மேடையில் இன்றைக்கும் நெடுநெடுவென்று நிற்கும் 'பைப்'பின் தலைமீது சொருகப்பட்டிருக்கும் மைக் கிடையாது. பார்வையாளர்களுக்கு ஒரே வியப்பு. என்ன இது பாலசந்தர் மைக் எதுவும் இல்லாமல் மேடையமைத்திருக்கிறாரே. ஸ்பீக்கர் எல்லாம் வெளியில் இருந்தாலும், மைக் இல்லாமல் எப்படி? ஜனங்களுக்கு எப்படி வசனம் கேட்கும்! நிறைய ஆச்சர்யப்பட்டார்கள்.

மைக் இருந்தது. இல்லாமல் இல்லை. அவை மக்கள் கண்களுக்குத் தெரியவில்லை. புதுமையாக அவற்றை, நாடக மேடையில், காட்சிகளுக்காக தொங்கவிடப்பட்ட உரிகளுக்குள் (மேல் சுவற்றில் இருந்து தொங்கும் கயிறுகளில் உட்கார்ந்திருக்கும் பானை அடக்குகளுக்குள் (கண்ணன் வெண்ணெய் எடுத்து சாப்பிடுவாரே, ஒன்றின் மேல் ஒன்றாய் அடுக்கியிருக்கும் சின்னதும் பெரிதுமான பானைகள்) அதில் ஒளித்திருந்தார். சத்தம் சரியாக இருக்கிறது. ஆனால் மைக்குகளே தென்படவில்லை. இப்படி ஒரு டெக்னிக்!

அன்றையை நாடகத்தைப் பார்க்க, தற்செயலாக ஹிண்டு பத்திரிகையின் *Sports & Pass time* பகுதி எழுதும் திரு. *TM.* ராமச்சந்திரன் வந்திருந்தார். நாடகத்தைப் பார்த்த அவர், ஹிண்டு

பத்திரிகையில் பெரிய எழுத்துகளில் பிரமிப்புடன் உயர்த்தி பாராட்டி எழுதிவிட்டார். KBக்கு அது பெரிய உற்சாகத்தையும், புகழையும் கொடுத்தது.

'What a Fall'

அரசு உத்யோகம்தானே. பழைய AG போய், புது AG வருகிறார். அவரை வரவேற்க பலவித ஏற்பாடுகள். 'ஏனப்பா பாலசந்தர் நல்லா நாடகம் போடுவானே, அவனை விட்டு, திரும்ப மனமகிழ் மன்றத்துல ஒரு நாடகம் போடுங்கப்பா... வரவேற்புக்கு' சொல்லிவிட்டார்கள்.

புது AG பெயர் முகர்ஜி. ஆம் அவர் மேற்கு வங்காளத்தைச் சேர்ந்தவர். தமிழ் தெரியாது. அதனால் என்ன? கே.பி. ஆங்கிலத்தில் ஒரு நாடகம் எழுதுகிறார். அது தன் வாழ்க்கையில் பெரிய திருப்புமுனையாக பெரிய Jumping Board ஆக இருக்கப்போவது தெரியாமலேயே.

அந்த நாடகத்தின் பெயர் Courage of Conviction. அதில் முக்கிய பாத்திரம் கண் தெரியாத மேஜர் சந்திரகாந்த். மேஜர் சந்திரகாந்தாக, கண் தெரியாதவராக நடித்ததும் கே.பி.யேதான். நல்ல கூட்டம். புது AG மற்றும் எல்லா அதிகாரிகளும் அமர்ந்திருக்கிறார்கள். நாடகம் 'ஒப்பன் ஏர் தியேட்டரில்' ஜெகஜோதியாய் நடைபெறுகிறது.

'மேஜர் சந்திரகாந்த்' படம் பார்த்தவர்களுக்கு தெரியும். படத்தில் ஒரு காட்சி. அந்த மேஜர், தன் வாக்கிங் ஸ்டிக்கை கையில் பிடித்தபடி நடந்து கொண்டிருப்பார். 'எனக்கு எல்லாம் அடிக்கணக்குத்தான். பார்வையில்லாமலேயே நான் சிரமமின்றி சமாளித்து விடுவேன்' என்று சொல்லியபடி. சத்தமாக எண்களை சொல்லியபடி 'டக் டக்' என்று நடப்பார். ஒரு அடி தவறுதலாக வைத்து கீழே 'டமால்' என்று விழுந்து விடுவார்.

அப்பொழுது நாடகத்திலும் கே.பி. விழுந்துவிட்டார். பார்த்துக் கொண்டிருந்தவர்கள் பதறிவிட்டார்கள். தெரியாமல் தான் விழுந்தவிட்டார் என்று.

கையை ஊன்றி எழுந்தபடி, ‘சந்திரகாந்த்’ சொல்லுவார். இது என் ‘தலைகணத்துக்கான தண்டனை’ என்று. நாடகம் முடிந்ததும், பலரும் ஆர்வமாய்க் கேட்டார்கள். ‘தவறித்தானே விழுந்தாய்? பின்பு அதை சமாளிக்க அற்புதமாய் ஒரு வசனமும் பேசிவிட்டாய்!’ உண்மை அதுவல்ல. திட்டமிட்ட காட்சிதான் அது. சம்பவமும், நடிப்பும் அவ்வளவு இயற்கையாக இருந்ததால் எழுந்த சந்தேகம் அது.

புது *AG* முகர்ஜி நாடகத்தைப் பாராட்டினார். அதைவிட முக்கியமாய் அதே *TM*. ராமச்சந்திரன் அற்புதமாய் ஒரு விமர்சனம் எழுதிவிட்டு ‘பாலசந்தர் கீழே விழுந்ததை ‘*What a great fall*’ என்று ஒரு கிரேட்டினை அழகாய்ச் சேர்த்து, வியந்து பாராட்டி எழுதியிருந்தார்.

வயலட் நிற இங்க்

ஒரு பக்கம் நாடகங்கள், மறுபக்கம் அலுவலக வேலை, அந்த *AG* கல்யாண சுந்தரம் படுகெட்டிக்காரர், அவரை ஏமாற்றவே முடியாது. ‘வெடுவெடு’ என்பார். அவரிடம் எல்லோருக்கும் பயங்கர மரியாதையும் கூடவே பயமும்.

தினசரி அவ்வளவு பெரிய அலுவலகத்துக்கு வரும் அத்துனை தபால்களையும் தானே படிப்பார். ஆம், ‘அத்துனை’ என்பதும் ‘தானே’ என்பதும் அடிக்கோடிடப்பட வேண்டிய வார்த்தைகள்.

அகர பலம் இருந்தால் மட்டுமே இது சாத்தியம். இதனுடன் அசுர நியாபக சக்தியும் அவருக்கு இருந்தது. அவர் ஒரு பேனா வைத்திருப்பார். வயலட் நிற இங்க் போட்டு.

அதனால் ஒவ்வொரு கடிதத்திலும் ஏதாவது எழுதுவார். ‘ஏன் இன்னும் பதில் அனுப்பவில்லை’, ‘இதைச் செய்தது யார்’, ‘ஆறாம் தேதிக்குள் பதில் போயாக வேண்டும்’ என்பதுபோல. ‘டக்டக்கென எழுதி எல்லா கடிதங்களையும் அன்றன்றைக்கே ‘டிஸ்போஸ்’ செய்து விடுவார்.

பின்பு அவை செக்ஷன் வாரியாக பிரிக்கப்பட்டு, போய்ச் சேரும். அவை வந்தவுடன் செக்ஷன் அதிகாரிகள், அவற்றை உடனே பிரித்து வயலட் இங்க் குறிப்புகள் உள்ள கடிதங்கள் எவை எவை

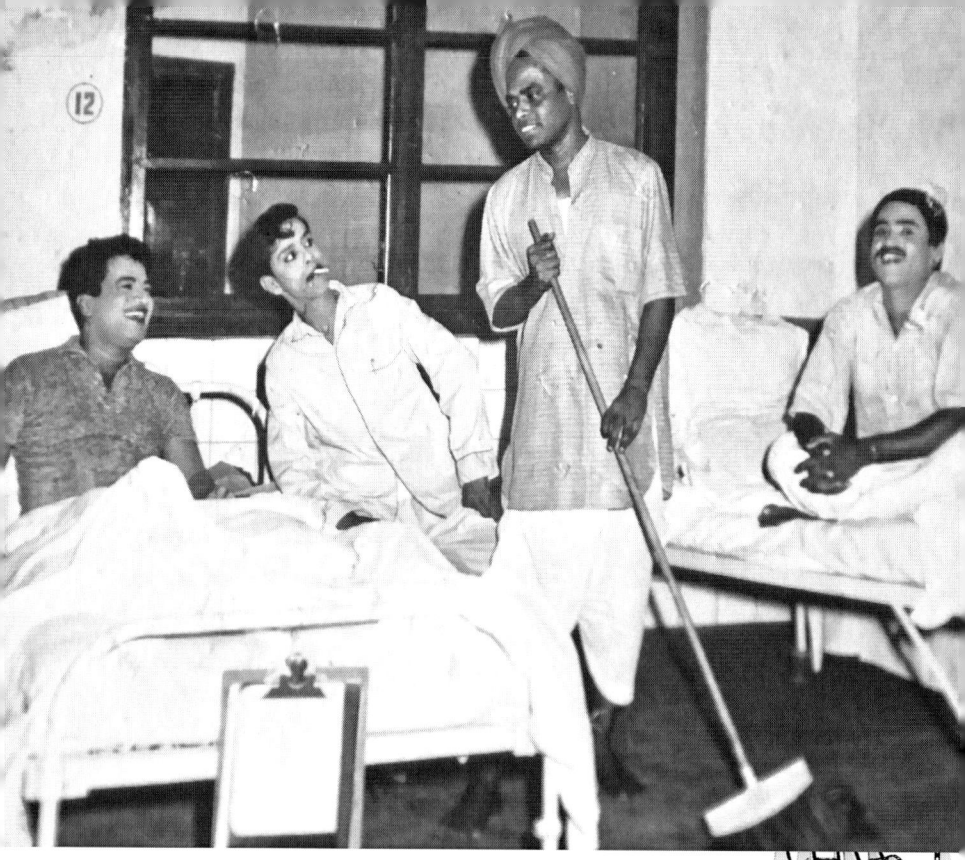

என்றுதான் முதலில் பார்ப்பார்கள். அதில் தங்களுக்கு ஏதும் ‘கடி’ இல்லை என்று பார்த்தால் தான் அவர்களுக்கு நிம்மதி. அப்படி ஒரு ‘ஸ்டிரிக்ட் அட்மினிஸ்டிரேட்டர்’ அவர்.

அந்தத் தாக்கம்தானோ என்னவோ, கேபி அவர்கள் ஸ்கிரிப்டினை எழுதும் பொழுதும் சரி, திருத்தும் பொழுதும் சரி, வயலட் இங்க் பேனாதான் இன்றும் பயன்படுத்துகிறார்.

அவருடைய அத்துனை உதவியாளர்களுக்கும், நடிக - நடிகைகளுக்கும் தெரியும். அந்தக் கலர் எழுத்துக்கள் எவருடையது என்று.

“அந்த வயலட் கலர்ல எழுத்தியிருக்கிறத அப்படியே மாத்தாமப் பேசிடுப்பா, அதுல மட்டும் கை வைக்காதே” என்று சொல்லப்படுவதை உடன் பழகியவர்கள் பார்த்திருக்கலாம். கொடுத்தது இந்த ‘முறை’. இந்த நாடகத்தில் ஜெய்சங்கர் நடித்தார்.

‘சோ’வின் வேடிக்கை

இந்த நாடகக் குழுவில் பணியாற்றியது பாலசந்தருக்கு வித்தியாசமான அனுபவத்தைக் கொடுத்தது. குழுவில் இருந்த அனைவரும் சிறு வயது இளைஞர்கள். அப்பொழுதுதான் கல்லூரி படிப்பு முடித்த வெளியில் வந்தவர்கள். குறும்பும் விளையாட்டுத்தனமும் அவர்களிடம் மிச்சம் இருந்தது.

மாலை 5 மணிக்கு ஒத்திகை என்று முடிவு செய்யப்படும். பாலசந்தர் மும்முரமாக 5 மணிக்கு டானென்று போய் காத்திருப்பார். ஒரு சிலர் 5 மணிக்கு வந்துவிடுவார்கள். வேறு ஒருவர் ஐந்தேகால், இன்னொருவர் ஐந்தே முக்கால், ஆறு மணிக்கு என்று வருவார்கள். சமயத்தில் ஒருவர் ஆறே முக்கால் மணிக்குக்கூட வருவார்.

பாலசந்தர் சத்தம் போடுவார். “நான் 5 மணிக்கே வந்துவிட வில்லையா... எல்லோரும் கரெக்ட் டயத்துக்கு வரவேண்டாமா?” என்று.

சோ, பாலசந்தரிடம் வேடிக்கையாச் சொல்வார். ‘டைரக்‌ஷன்னா அப்படித்தான். அதுனாலதானே இந்த வேலையை உங்க தலையில் நைசாத் தள்ளிட்டேன். நான் பட்ட அவஸ்தையை நீங்க பட வேண்டாமா’ என்று.

நாடகத்தின் கதைப் போக்கு மட்டுமல்ல, எல்லாவற்றையுமே சுலபமாக எடுத்துக் கொள்ளும் இளைஞர்களாக இருந்தார்கள்.

ஆறரை மணிவரை பார்த்துவிட்டு, ஒரு கதாபாத்திரத்தில் நடிப்பவர் வரவில்லை என்றானதும்... ‘டேய், வரலையா’ என்பான் ஒருவர், “சரி... யார்டா அந்த வேஷம் போடுறீங்க” என்பான் இன்னொருவன். நான்... என்று எவரோ சொல்ல, பிரச்சனையே இல்லை. ஈஸியாய் எடுத்துக் கொள்வார்கள். சோவின் கதாப்பாத்திரம் தவிர வேறு எதையும் எவரும் போடக்கூடிய திறமையும், ஒற்றுமையும் அந்தக் குழுவில் இருந்தது. ஆனால், இந்த முறைகள் எல்லாம் பாலசந்தருக்கு ஒத்துவரவில்லை. என்ன இன்னும் காணமே, காணமே என்றால், வந்துவிடுவான், வந்துவிடுவான் கவலைப்படாதே பாலு என்று கிண்டல் செய்வார்கள். அவர்கள் எதையுமே ஜாலியாக

எடுத்துக்கொள்ள, எதையும் சீரியசாக எடுத்துக்கொள்ளும் பாலசந்தருக்கு ஒத்துவரவில்லை. 'அது அது... அப்படி அப்படியே' என்கிறதாய் இருந்தது அவருடைய எதிர்பார்ப்பு. அதனால் அந்த 2 நாடகங்களுடன் விட்டுவிட்டார்.

ராகினி கிரியேஷன்ஸ்தான் பாலசந்தருக்கு ஒத்து வந்தது. அது மிகவும் 'சீரியஸ் குரூப்', எந்த நாடகமானாலும் 20 நாள் ஒத்திகை நடக்க வேண்டும். தினசரி ரிகர்சல் நடக்கும். சரியான நேரத்தில், சரியான முறையில்.

"நீ ஸ்ரீதர் போல வருவாய் பாலு..."

இது இப்படி இருந்தாலும், 'சோ'விற்கு பாலசந்தரின் இயக்கமும், டெக்னிக்குகளும் மிகவும் பிடித்துப் போய்விட்டன. அவர் பாலசந்தரின் மிகப்பெரிய விசிறியாகவே ஆகிவிட்டார். குறிப்பாய் 'எமோஷனல்' காட்சிகளை பாலசந்தர் கையாளுகிற விதத்தை மிகவும் ரசித்தார்.

ஒருநாள் மாலை நேரம், நாடக ஒத்திகைக்காக இருவரும் உட்கார்ந்திருக்கிறார்கள். வேறு எவருமில்லை. சோ சொல்கிறார். "ஒரு நாளைக்குப் பாரேன். நீ டைரக்டர் ஸ்ரீதர் போல வருவ பாலு..."

"அடப்போடா... சீச்சீ.. விளையாடாத... தமாஷ் எல்லாம் பண்ணாத..."

"இல்ல பாலு, நீ வேணாப் பாரு..."

அன்றைக்கு ஸ்ரீதர் மிகப்பெரிய இயக்குனர். பாராட்டப்பட்ட, தன் திரைப்படங்கள் மூலம், 'இயக்குநர்' என்பவருக்கு பெயர் வாங்கியவர். பாலசந்தர், தன் அலுவலக அளவில், வேறு சில இடங்களில் மிகச்சில அமெச்சூர் நாடகங்களை எழுதி இயக்கியவர். ஆனால்

சோ அவர்கள் பாலசந்தரை அப்பொழுதே துல்லியமாய் கணித்திருக்கிறார்.

சோ பெர்னாட்ஷாவிற்கு மட்டுமே அடுத்தபடி

கல்லூரி நாட்கள் முதல் இன்றுவரை தொடர்ந்து நாடகக்குழுவும், வெற்றிகரமான நாடகங்களையும் நடத்தி வரும் சோ அவர்கள் மீது பாலசந்தருக்கு மிகப்பெரிய மதிப்பும், அளவற்ற அன்பும் நட்பும் உண்டு.

தொடக்கத்தில் நகைச்சுவைக்காகவே நாடகங்கள், Farcical Plays போட்டுக் கொண்டிருந்த சோ, சட்டயர் நாடகங்கள் மூலம் அரசியல் மட்டுமல்ல... சமுதாய கருத்துக்களையும் மிக அழகாக, புத்திசாலித்தனமாக போட்டார் என்று மதிப்பு உண்டு. பாலசந்தர், சோவின் நாடகங்களைத் தொடர்ந்து பார்த்தவர். பல மேடைகளில் வெளிப்படையாக பாராட்டியிருக்கிறார். He is second only to Bernadshaw என்றும் (சோ பெர்னாட்ஷாவிற்கு இணையானவர், சோ எவரைவிடவாவது சற்று குறைவு என்றால் அது பெர்னாட்ஷாவைவிட மட்டும்தான்) அடிக்கடி குறிப்பிடுவார்கள்.

நம்மளால முடியாதப்பா

சோ ஒருபுறம் போடுவார். பாலசந்தரும் வேறு நாடகங்கள் போடுவார். அப்பொழுது பாலசந்தர் நாடகங்களை வந்து பார்க்கும் சோ அவர்கள், "ஹா... என்னமா இருக்கு" என்று பாராட்டிவிட்டு, 'இதெல்லாம் நம்மளால போட முடியாதுப்பா, இந்த மூட்மெண்ட்... அது இதெல்லாம் பாலுவுக்குத் தான் முடியும்' என்று சொல்லிவிடுவார். This is not my cup of Tea என்று தெளிவாய்ச் சொல்லுவார்.

புஷ்பலதா

இது கேபி எழுதி இயக்கிய ஒரு நாடகம். ஒன் ஆக்ட் பிளே (One act Play) என்பார்கள். பொதுவாக நாடகங்கள் மூன்று, நான்கு அல்லது ஐந்து 'ஆக்ட்'கள் ('ரீல்' போல்) இருக்கும். இதில் மொத்தம் 5 கதாபாத்திரங்கள். அவற்றில் புஷ்பா என்றும் லதா என்றும் இரண்டு பெண் கதாபாத்திரங்கள். அவர்கள் மேடைக்கே வரமாட்டார்கள். அவர்களைப் பற்றி மற்ற 3 கதாபாத்திரங்களும் பேசுவதுதான் நாடகம். மொத்தம் 45 நிமிடங்கள் நடக்கும் இந்த நாடகம் போடுவது மிகவும் சுலபம். பெரிய செட்டுகள் ஒப்பனை எல்லாம் கிடையாது. மேடைக்கு வரவேண்டிய 'லேடி கேரக்டரே' கிடையாது.

இந்த நாடகத்தை எந்த உறவினர், நண்பர்கள் அவர்கள் வீட்டு விசேஷங்களுக்கு வந்து போடமுடியுமா என்று கேட்டாலும்... "ஓ... ரெடி' என்பதுதான் கேபியின் உற்சாகமான பதில். அப்பொழுதெல்லாம் கல்யாணங்களில் பாட்டு கச்சேரிகள் கிடையாது. இதைப்போலதான் ஏதாவது.

ராமன், P.R. கோவிந்தராஜன், ஹரிகிருஷ்ணன், ராமைய்யா முதலியவர்கள் மாற்றி மாற்றி நடிப்பார்கள். இதுதான் கேபி போட்ட முதல் முழு நேர ஃபார்ஸ் (Farce). அதாவது காமெடி நாடகம். இந்த நாடகத்திலும் நல்ல பெயர் கிடைத்தது. இந்த நாடகத்தின் தாக்கத்தால்தான், தன் மூத்த பெண்ணுக்கு புஷ்பலதா என்று பெயரே வைத்தார் இயக்குனர் சிகரம்.

ராஜகோபால் கொடுத்த ஊக்கம்

திரு. ராஜகோபாலுக்கு தற்பொழுது வயது 80 (2004ல்). கார்த்திக் பைன் ஆர்ட்சில் செயலாளராக உள்ளார். அப்பொழுது மைலாப்பூர் பைன் ஆர்ட்ஸ் கிளப் என்பதை அவர் தொடங்கினார். அவர்தான் செயலாளர். PMGS அலுவலக நாடகம் போடுபவர்களை அவருக்குத் தெரியும். அவரிடம் போய் கேட்கும்பொழுது உங்களையெல்லாம் நல்லாத் தெரியுமே, நல்லா நாடகம் போடுவீங்களே என்று, வாய்ப்புகள்

கொடுப்பார். மாலை நேரங்களில் அங்கு ஒத்திகை நடக்கும்பொழுது வந்து பார்ப்பார். 'நல்லா போடணுண்டா, நல்லா போடுங்கள் நல்லா போடுங்க... ஜனங்க அதிருப்தியாப் போகக்கூடாது' என்பார். அவர் அப்பொழுது Father Figure அவர்களுக்கு. அது சமயம் ராகினியில் கேபி போட்ட முதல் நாடகம் Last Judgment. அதில் ஜட்ஜ் ஆக கேபி நடிக்கவும் செய்தார்.

இயக்குநர் சாந்தாராம் படங்கள் பாலசந்தருக்கு மிகவும் பிடிக்கும். அந்த இயக்குநர் மீது பாலசந்தருக்கு மிகப்பெரிய மயக்கமே உண்டு. அவருடைய படங்கள் மிகவும் 'இண்டெலிஜெண்ட்'டாக இருக்கும். Touch, Technic எல்லாம் கருப்பு வெள்ளைப் படங்களில் பிரமாதமாக இருக்கும் என்று அவற்றை விரும்பிப் பார்ப்பார்.

6 ஆயுள் தண்டனைக் கைதிகளை சிறையில் வைத்திருப்பதை விட, வெளியில் விட்டுத் திருத்த முடியும் என்பதைச் சொல்லும் ஒரு படமாக, இயக்குநர் சாந்தா ராம் அவர்களின் 'தோ ஹன்கீன் பாரா ஹாத்' (2 கண்கள், 12 கைகள்) படம் வந்தது.

அதைப் பார்த்ததும் பாலசந்தர் மிகவும் ஆவலாகிவிட்டார். அதைப்போல தானும் ஒரு நாடகம் போடவேண்டும் என்று முடிவு செய்தார். 'ஏக் பத்தி சார் ராஸ்தா' என்று பெயர் வைத்தார். ஆம்... தமிழ் நாடகத்துக்கு ஹிந்தி பெயர். அந்த பெயர்கூட வேறு ஒரு சாந்தாராம் படத்தின் தலைப்புதான். (ஏக் பத்தி தீன் ராஸ்தா) பைத்தியக்கார ஆஸ்பத்திரியில் கதை. நான்கு பைத்தியங்கள். அவர்களை வைத்தியர்கள் அடித்துத் துன்புறுத்துகிறார்கள் வைத்தியத்திற்காக. அந்த மருத்துவமனைக்கு ஒரு புதிய மருத்துவர் வருகிறார். இப்படி வைத்தியம் செய்யக்கூடாது என்று 'சேலன்ஞ்' செய்து அவர்களை பக்குவமாக கையாளுகிறார். இதில் வினோதம் என்னவென்றால், இறுதியில் அவனுக்கே பைத்தியம் பிடித்துவிடுவதாக நாடகம் முடியும்.

மேஜர் சந்திரகாந்த்

அவர் எழுதி இயக்கிய Courage of Conviction என்ற நாடகத்தை அலுவலகத்தில் பார்த்த அனைவரும் பாராட்டியிருந்தார்கள். அதை

மேலும் ஒரு மணி நேரம் விரிவுபடுத்தி தமிழ்ப்படுத்தவும் முடிவு செய்தார். அந்த நாடகம் சந்திரகாந்தாக உருவானது. தற்பொழுது நடிகர் ஸ்ரீகாந்தாக உள்ளவரின் (தங்கப்பதக்கம், சில நேரங்களில் சில மனிதர்கள்) பெயர் ராஜா. அவர் அப்பொழுது அமெரிக்கன் கான்சலேட்டில் நல்ல வேலையிலிருந்தார். அவர் அந்த நாடகத்தில் ஸ்ரீகாந்த் பாத்திரத்தில் நடித்தார். பின்பு அந்த பெயரே அவருக்கு நிலைத்துவிட்டது.

(மேஜர் சுந்தர்ராஜனை – மேஜர் சந்திரகாந்தாக நடிக்க வைத்தார்.)

மேஜர் சந்திரகாந்த் திரைப்படமாகும் வரை அவர் சுந்தர்ராஜன் (மட்டும்) தான். அப்பொழுது சுந்தர்ராஜன் தொலைபேசி அலுவலகத்தில் பணிபுரிந்து வந்தார். அதுவரை தான் நடித்து வந்த முக்கிய கதாபாத்திரத்தை அவரிடம் கொடுத்தார்.

மூத்த மகனாக ராஜா (ஸ்ரீகாந்த்), இரண்டாவது மகனாக நடிகர் முத்துராமனைப் போட்டார். முழு நீள நாடக வடிவம் பெற்ற மேஜர் சந்திரகாந்த் மைலாப்பூர் பைன் ஆர்ட்ஸ் கிளப்பில்தான் முதலில் மேடையேறியது.

இந்த மே.ச. நாடகத்தை பாலசந்தர் புதுமையாக 'ஒன்செட்' முறையில் அமைத்திருந்தார். நாடகம் முழுக்க ஒரே செட்டில்தான் கடைசி வரைக்கும் இரண்டரை மணி நேரமும் நடக்கும். அதற்கு முன் V.S. ராகவன் அவர்கள் மட்டும், ஒரு ஆங்கில நாடகத்தைத் தழுவி, 'சதுரங்கம்' என்ற தமிழ் நாடகத்தை அப்படிப் போட்டிருந்தார். அதை உடன் இருந்து செய்தவர் பாலசந்தர்.

அந்த நாடகம் நாடக ரசிகர்கள் மத்தியில் ஒரு புயலைக் கிளப்பியது. எல்லோரும் அதைப் பற்றியே பேசினார்கள். ஒரு ஆங்கில தினசரியில் It heated a strong என்று தலைப்பு போட்டார்கள்.

பார்க்குறாங்களே சார்

முதல் முறையாக 'மைலாப்பூர் பைன் ஆர்ட்ஸ் கிளப்பில் போட்டாயிற்று. பரபரப்பாக பேசப்பட்டது. அடுத்து மைலாப்பூர் ரசிக ரஞ்சினி சபாவில் போடவேண்டும் என்று பாலசந்தர் நினைத்தார். அங்கு நாடகம் போட்டால் அதற்கு 'மவுசே' தனி. பொதுவாகவே சபா செக்ரட்டரிகள் மிகவும் பிகு செய்து கொள்வார்கள். பாலசந்தர், கோவிந்தராஜன் முதலியோர் கிளம்பிப் போனார்கள். செயலாளரைப் பார்த்தார்கள். இது நல்ல பிளே சார். அடுத்து நீங்க போடுங்க என்றார். அவர் சாவதானமாய்க் கேட்டார், "லேடி கேரக்டர் யாரு?"

அது மிகவும் முக்கியம். அதைப் பலரும் பார்ப்பார்கள். அதை வைத்தும் நாடகத்துக்கு வருவார்கள்.

பாலசந்தரிடமிருந்து பதில் வந்தது, "லேடி கேரக்டரே நாடகத்துல கிடையாது சார்..." சபா செயலாளருக்கு அதிர்ச்சி. "லேடி கேரக்டரே கிடையாதா? ஏண்டா லேடி கேரக்டரே கிடையாதுன்னா எவண்டா பார்ப்பான்? நாடகத்தை மாத்தனுண்டா" என்றார்.

"பார்க்குறாங்களே சார்... நல்லாயிருக்குங்குறாங்களே சார்."

"அப்படியா... சரி... அடுத்தாப்ல 'ஷோ' வேறு எங்கயாவது போடு. அத்தை நான் பார்த்திட்டு, பின்னாடி வாய்ப்புத் தர்றேன்."

அவர் ஏஜிஎஸ் அலுவலகத்தில் பணிபுரிபவர். மனமகிழ் மன்ற செக்ரட்டரியாக இருப்பவர். மாலை நேரங்களில் சபா செக்ரட்டரி.

அடுத்து நாரதகான சபாவில் மேஜர் சந்திரகாந்த் போடப்பட்டது. அப்பொழுது அது வெறும் கீற்றுக் கொட்டகைதான். அங்கும் மிகப்பெரிய பெயர் ஆகிவிட்டது. பத்திரிகைகளும் பாராட்டி எழுதின.

சொல்லியபடி மூன்றாவதாக ரசிக ரஞ்சனி சபாவில் கூப்பிட்டு விட்டார். "சரி அடுத்து நாம போட்டுக்கலாம்" ஆர்ஆர் சபா என்ற நாடகக் கொட்டகையில் நடந்தது.

நாகேஷின் ஆர்வம்

மேஜர் சந்திரகாந்த் நாடகம் நல்ல நாடகமாக பலராலும் பாராட்டப்பட்டுக் கொண்டிருந்த நேரம். நாகேஷ் அதைப் பார்த்துவிட்டு, மிகவும் பாராட்டினார். அதை எழுதி, இயக்கிய பாலசந்தர் மீது மிகப்பெரிய மரியாதையும் நம்பிக்கையும் வந்துவிட்டது.

பல நாடகங்களில் உடன் நடித்த சக கலைஞன். தன்னுடைய திரைப்பட படிப்பிடிப்பு முடிந்ததும் கிளம்பி நேராக ஏஜிஎஸ் அலுவலகம் வந்துவிடுவார் பாலசந்தரைப் பார்க்க... அப்பொழுது ஸ்ரீதர் இயக்கத்தில் காதலிக்க நேரமில்லை வெளிவந்து நன்றாக ஓடிக் கொண்டிருந்த்து. அதில் நடித்திருந்த நாகேஷுக்கு நல்ல பெயர். அதற்கு முன்னும் 'நெஞ்சில் ஓர் ஆலயம்' போன்ற படங்களில் நடித்திருந்த ஒரு பாப்புலரான நடிகர் நாகேஷ்.

"நாகேஷ் வர்றார். நாகேஷ் வர்றார்' என்று சொல்வார்கள். நேராக வந்து, பாலசந்தர் முன் அமர்ந்து கொள்வார். 'நானும் வந்துர்றேண்டா, இது மாதிரி யாரும் நேர்த்தியா போடலை. ரொம்ப நல்ல நாடகம் மேஜர் சந்திரகாந்த். நீ, எனக்குன்னு தனியா நாடகம் எழுது என்பார்.

நாகேஷ் திரைப்படங்களில், நாடகங்களில் நடித்துக் கொண்டிருந்தாலும், சென்ட்ரல் ஸ்டேஷன் அருகே உள்ள ரயில்வே அலுவலகத்தில் வேலையில் இருந்தார்.

மேஜர் சந்திரகாந்த் நாடகத்தின் மீது எவ்வளவு 'இம்ப்ரெஸ்' ஆகியிருந்தார் என்றால், அதில் பேப்பர் போடும் பையனாக ஒரு காட்சியில் வந்து பேப்பர் போட்டுவிட்டுப் போவார். நான் செய்றேண்டா அந்த 'ரோலை'. நான் செய்றேண்டா என்று கேட்டுக் கேட்டுச் செய்வார்.

அவ்வளவு பாப்புலரான திரைப்பட நடிகர், நாடகத்தில் 3 நிமிடம் மட்டுமே வரும் ஒரு பேப்பர் போடும் பையனாக வந்துவிட்டுப் போவார். நாடகம் பார்ப்பவர்கள், 'என்ன இது நாகேஷ் வந்திட்டுப் போன மாதிரியிருக்கிறதே' என்று நிதானிப்பதற்குள் போய்விடுவார். அந்த சலசலப்பு அடங்குவதற்காக காத்திருந்து பின்பு கொஞ்சம் நேரம் கழித்துதான் மற்ற வசனங்கள் வரும்.

அந்த அளவுக்கு நல்ல நாடகங்களில் நடிக்க வேண்டும் என்ற ஆர்வம் நாகேஷ்க்கு.

'சர்வர் சுந்தரம்' உருவாகியது.

மிகவும் பாராட்டப்படும் மேஜர் சந்திரகாந்த் நாடகத்துக்குப் பிறகு கே.பி. போடப்போகும் அடுத்த நாடகம் என்ன? என்ற எதிர்ப்பார்ப்பு. அதோடு, அதில் நாகேஷ் போன்ற ஒரு பிரபலமான திரைப்பட நகைச்சுவை நடிகருக்கான கதை என்ற இரண்டு பெரும் விஷயங்களை சமாளித்தாக வேண்டிய கட்டாயம் பாலசந்தருக்கு. தன்னுடைய அடுத்த நாடகம் மிகச் சிறப்பானதாக இருக்கவேண்டும். அதே சமயம் நாகேஷ்க்கு ஒத்துவரக்கூடியதாகவும் இருக்க வேண்டும். என்ன செய்யலாம் என்று தொடர்ந்த சிந்தனை.

ஜெர்ரி லூமிஸ் போல, சார்லி சாப்ளின் போல நகைச்சுவை கலந்த சோகம்தான் நாகேஷுக்கு அவருடைய இமேஜுக்கு ஒத்துவரும். அதுதான் Catching Characterராக அமையும் என்று நினைத்தார்.

நிஜத்தில் நாகேஷிடம் பேசும்பொழுது சொன்னார். "நீ பெரிய அழகான ஆண் இல்லை. எனக்கு ஒரு 'நாட்' (Knot) தோணுது. நீ ஒரு பெண்ணை விரும்பற. நீ சர்வராக இருக்கிற... ஆனா, அது கடைசியில சோகத்துல முடியுது" நாகேஷுக்கும் பிடித்தது. அதை மேலும் டெவலப் செய்தார். நாகேஷை மனதில் வைத்தே டெவலப் செய்யப்பட்ட ரோல் அது.

அதே சமயம் ஒரு பயம் வந்தது. 'நெஞ்சில் ஓர் ஆலயம்', 'காதலிக்க நேரமில்லை' படங்களில் எல்லாம் சிறந்த நகைச்சுவை நடிகராக நடித்தவரைப் போய் ஒரு சீரியஸ் கதாப்பாத்திரத்தில் நடிக்க

வைக்கிறோமோ, எடுபடுமா? ரசிகர்கள் ஒத்துக் கொள்வார்களா? என்ற பயம்தான் அது.

நாகேஷின் பிரபலத்தை, to exploit to the hilt என்று முடிவு செய்தார். நாடகம் எழுதி முடிக்கப்பட்டது. ஒத்திகை ஆரம்பமானது. தினம் மாலை 5 மணிக்கு ஒத்திகை. பாலசந்தர் நேர ஒழுங்கை எதிர்பார்ப்பவர். சிலர் தாமதமாக வருவார்கள். பிடித்து உலுக்கு உலுக்கென்று உலுக்கி விடுவார்.

ஆனால், திரைப்படங்களில் நடித்துக் கொண்டிருந்த நாகேஷோ சரியான நேரத்துக்கு வந்துவிடுவார். அவர் கலந்து கொள்ளும் படப்பிடிப்புகளில், "இன்றைக்கு இதோட போதும்" என்று சொல்லிவிட்டு நாடக ஒத்திகைக்கு வந்து விடுவார்.

அவர் சொன்னால் அவர்கள் கேட்டுக்கொள்ள வேண்டிய நிலை இருந்தது. நாகேஷ் அப்படி தேடப்பட்ட நடிகர். ஆனால் அவருக்குப் பின்னால் பேசத்தான் செய்தார்கள்.

'சினிமா சூட்டிங்கை பாதியில் நிறுத்திவிட்டு டிராமாவுக்குப் போறான்ப்பா. இவனை ஏன் புக் பண்ணுகிறீர்கள்' என்று கூட சிலர் சொன்னதுண்டு.

ஒத்திகை வந்து பல விஷயங்களிலும் தன் யோசனைகளைச் சொல்லுவார். பலதும் பிரிலியண்ட்டாக இருக்கும் ரொம்ப Brainy fellow என்று பாலசந்தர் ஆச்சர்யப்படுவது உண்டு. நிறைய யோசனைகளை 'படபட'வென்று கொட்டுவார். "அதெல்லாம்

வேணாம், இந்தக் கேரக்டருக்கு எது வேணுமோ, அது போதும்'' என்று சொல்லிவிடுவார் பாலசந்தர்.

எதுவுமே ஞாபகம் இல்லை.

நாடகம் சிரத்தையாக உருவாக்கப்பட்டுவிட்டது. ஒத்திகைகள் முடிந்தன. நல்ல செட்டும் போட்டாயிற்று. அரங்கேற்ற தினம் குறிக்கப்பட்டது. மைலாப்பூர் பைன் ஆர்ட்ஸ் கிளப்பில்தான் நாடகம். மாலை 6 மணிக்குத் தொடக்கம்.

அந்த நாடக மேடையில் மதியம் 2 மணிக்கே பாலசந்தர் ஆஜர். 'இந்த காலண்டரை அங்க மாட்டனும்... அந்த குப்பைத் தொட்டியை இங்க வை' என்பதுபோல ஒவ்வொன்றையும் தானே பார்த்துப் பார்த்து செய்தால் தான் அவருக்கு திருப்தி. எல்லாம் செய்துவிட்டு 5 மணிக்கு வீட்டிற்குப் போய் குளித்து உடை மாற்றி 6 மணிக்கு வந்துவிடுவார்.

அன்றைக்கு நாகேஷ் 3 மணிக்கு வந்தார். மதியம் சூட்டிங் கேன்சல் பண்ணிட்டு இங்கே வந்துவிட்டார்.

யோசித்து யோசித்து உருவாக்கிய நாடகம். முதல் நாள். 'ரிசல்ட்' என்னவென்று தெரிந்துவிடும். இரண்டு படைப்பாளிகளுக்குமே 'டென்ஷன்.'

பாலசந்தரைப் பார்த்து நாகேஷ் சொன்னார். பாலு, ''டேய் நீயா!'' என்ற முதல் டயலாக் தவிர எனக்கு எதுவுமே ஞாபகம் வரலை'' என்றார்.

அதற்கு பாலசந்தர், ''உனக்காவது பரவாயில்லை. எனக்கு முழு நாடகமுமே ஞாபகத்துக்கு வரலை. மறந்துபோச்சு'' என்றார். எல்லா நாடகக்காரர்களுக்குமே இருக்கக்கூடிய டென்ஷன்தான். அதுவும் அன்றைக்கு முதல் பெல் அடித்ததும் ஒரு 'எக்ஸ்சைட்மெண்ட்' இருக்கும் பாருங்கள். அப்பப்பா... அனுபவித்தவர்களுக்குத்தான் தெரியும்.

பாலசந்தருக்கு கிடைத்த அப்ளாஸ்

இவ்வளவு பெரிய நாகேஷ், நாடகத்துக்கு வருகிறார். அவர் நாடகத்தில் வரும் முதல் காட்சி மிகச் சிறப்பாக இருக்கவேண்டும் என்ற திட்டம் பாலசந்தரிடம். நாகேஷ் வருவதற்கு முன் ஒரு எதிர்பார்ப்பை உருவாக்க வேண்டும் என்று நினைத்தார். அதற்காகவே முதல் காட்சியை ஒரு குறிப்பிட்டபடி அமைத்தார்.

ஹோட்டலின் சாப்பிடும் ஹால், பலரும் சாப்பிட உட்கார்ந்திருப்பார்கள். ஒரு 'டேபிள் கிளீன்' செய்யும் பையன். அவனிடம் ஒவ்வொரு கஸ்டமராக 'நான் இட்லி கேட்டேனே...', 'நான் பூரி கேட்டேனே...' என்று விசாரிப்பார்கள். சர்வர் எங்கே என்று வரிசையாகக் கேட்பார்கள்.

சர்வர் வருவார்... வருவார் என்று அந்தப் பையன் சொல்வான். உடன் ஒவ்வொரு மேசை மீதிருக்கும் சாப்பிட்ட தட்டுக்களையும், கிண்ணங்களையும் தன்னிடம் உள்ள வாளியில் 'லொட் லொட்'டென்று போடுவான்.

கடைசியாய் ஒருத்தர் பொறுமை இழந்து, 'எப்பத்தான் வருவார்?' என்று கோபமாய்க் கேட்க, அவரை ஆழமாக பார்த்தபடி, இரண்டு கைகளையும் அமர்த்தி காட்டியபடி 'வருவார் வருவார்' என்பான்.

இந்த கேரக்டரில் நீயே நடித்துவிடு பாலு. இது ஓப்பனிங் சீன். நன்றாக அமைய வேண்டும். *Whole Strength Introduction* அந்த கேரக்டர் கையில்தான் இருக்கு என்று ஒத்திகையின்போது அனைவரும் சொன்னதாலும், நான் கைதட்டலோட வர்றதுக்கு, நீ பண்ணினாத்தான் ஒர்க் அவுட் ஆகும் என்று நாகேஷ் சொன்னதாலும், அந்தப் பையனாக பாலசந்தரே செய்வார்.

முதல் நாள், முதல் காட்சி. பாலசந்தர் அரைக்கால் டிரவுசருடன், கிளீனர் பையன். மிக அற்புதமாக அமைந்த காட்சி அது. கடைசியாக ஒரு பார்வை பார்த்து 'வருவார்... வருவார்' என்று சொல்லிவிட்டுப் போக, அரங்கில் ஒரே கைதட்டல். 'கிளாப்ஸ்' பறந்தது. இதை பாலசந்தரே எதிர்பார்க்கவில்லை. அடுத்து வரப்போகும் நாகேஷ்க்கு 'பில்ட் அப்' கொடுக்க அமைக்கப்ப்பட்ட காட்சிக்கே இவ்வளவு வரவேற்பு.

அதை அடுத்து நாகேஷ் கையில் பல தட்டுகள் டிபனுடன் வந்து ஸ்டைலாக நிற்க, அதற்கும் தொடர்ந்து கிளாப்ஸ்தான்.

ஒரு காட்சி ‘கொல்’லென்று சிரிப்புடன் முடிகையில் அப்படியே திரை இறங்கும். பிறகு அடுத்த காட்சி, அடுத்த காட்சி என்று எந்த தவறுமின்றி ஒவ்வொரு காட்சியும் சிறப்பாக போயிற்று. பாலசந்தர் குழுவினர் எதிர்பார்க்காத காட்சிகளைக்கூட சின்னச் சின்ன விஷயங்களுக்குகூட ரசிகர்கள் சிரித்தார்கள். Standing Ovation தான்.

நாடகத்தின் இடையில் நாகேஷின் கேரக்டர் சீரியஸ் ஆனதும், உச்சுக் கொட்டத் தொடங்கினார்கள். அந்தக் கதாப்பாத்திரத்துடன் ஒன்றியே போனார்கள்.

ஷோபா என்றொரு லேடி ஆர்டிஸ்ட். அவரைத்தான் நாகேஷ் காதலிப்பார். “நான் கொண்டு வந்த பூங்கொத்தை திருப்பிக்கொண்டு போகமுடியாது. ஏனென்றால், மற்றவர்களுக்கு தெரிந்துவிடும்’’ என்பார். ஒதே கைத்தட்டல். அடுத்து திரும்பி வந்து, ‘இந்த குப்பைத் தொட்டியில் நான் கொடுத்த பூங்கொத்தை நீ போட்டுவிடக் கூடாது என்பதற்காக இதை எடுத்துக் கொண்டு போகிறேன்’ என்று சொல்ல... கைத்தட்டல் சத்தம் காதைப் பிளந்தது. தொடர்ந்து 3 நிமிடம் கை தட்டினார்கள். எப்படியிருந்திருக்கும் எழுதியவர்களுக்கும், நடித்தவர்களுக்கும்.

பின்னாளில் இந்த நாடகத்தை ஏவிஎம் திரைப்படமாக எடுத்தார்கள். கிருஷ்ணன் பஞ்சு இயக்கம். இந்தக் காட்சியை ‘ரஷ்’ பார்த்த ஏவிஎம் மெய்யப்ப செட்டியார், இது நாடகத்தில வந்ததுபோல உணர்ச்சிகரமா இல்லை, மீண்டும் எடுங்கள். மீண்டும் எடுங்கள் என்று 3 முறை எடுக்க வைத்தார். நாடகத்தின் பொழுது எனக்கு அழுகையே வந்துவிட்டது என்று சொல்லியிருக்கிறார்.

நாகேஷின் தனித்திறமை

இப்படி கைத்தட்டல், ரசிப்பு விஷயங்களை, நடித்தபடியே புரிந்துகொள்வதாகட்டும், அதை சரியாக பயன்படுத்திக்

கொள்வதாகட்டும், அதிலெல்லாம் நாகேஷுக்கு இணை நாகேஷ்தான்.

ரசிகர்கள் கைதட்டிக் கொண்டிருக்கிறார்கள் என்றால், தன் போக்கில் அடுத்த வசனத்தை பேசி வீணாக்கமாட்டார். அங்கே போவது, எதையாவது எடுத்து வைப்பதுபோல கொஞ்சம் நேரத்தைக் கழித்துவிட்டு, கைதட்டல் ஓய்ந்து கவனம் திரும்பியதும்தான் நாடக வசனத்தைப் பேசுவார்.

அதேபோல ஒரு விஷயத்தை ரசிக்கிறார்கள் என்றால் அதை சிறந்த டைமிங், ஸ்பேசிங் செய்து கேப் கொடுத்து செய்வதில் அவருக்கு இணை எவருமேயில்லை.

ஊரெங்கும் இதே பேச்சு

சர்வர் சுந்தரம் நாடகம் அன்றைய காலகட்டத்தில் ஒரு மிகப்பெரிய தாக்கத்தை ஏற்படுத்தியது. எங்கு போட்டாலும் 'ஹவுஸ்புல்'தான். ஒவ்வொரு முறையும் 'ரிட்டர்ன் கிரௌடு' எனப்படும், பார்த்தவர்களே பார்க்க திரும்ப திரும்ப வந்தார்கள். கிட்டத்தட்ட பார்ப்பவர்களில் பாதி பேர் 'ரிபீட்டட் ஆடியன்ஸ்'தான். அது ஒரு Range ஆகிப்போச்சி.

ஒரு அமெச்சூர் குரூப் போடும் நாடகத்துக்கு கிடைத்த மிகப்பெரிய வரவேற்பாக கருதப்பட்டது. பார்த்தவர்கள் எல்லாம் பாராட்டினார்கள். பத்திரிகைகள் ஆச்சரியமான, மிகச் சிறப்பாக விமர்சனங்கள் எழுதின.

சென்னை சபாக்களுக்குள் 'சர்வர் சுந்தரம்' நாடகத்தைப் போட போட்டி வந்துவிட்டது. தேதி கொடுத்து மாளவில்லை.

திரைப்பட நடிகர் நாகேஷ் இருந்ததால், நாடகத்துக்கு ஒரு 'கமர்ஷியல் வேல்யூ' இருந்தது. அவர் மிகவும் பிசியாக இருந்ததால், வெளியூர் போய் போட முடியவில்லை. சனி, ஞாயிறு நடக்கும். அதிகபட்சம் வார நாட்களில் மேலும் ஒரு நாள் நடக்கும். ஆக, வாரம் 3 முறை தான் போட முடிந்தது.

சண்முகம் அண்ணாச்சியின் பாராட்டு

மேஜர் சந்திரகாந்தே மிகப்பெரிய வெற்றி. மிக வித்தியாசமான ஒன்செட் நாடகம் அது. அது மேடையேறிய மூன்று, நான்கு மாதங்களுக்குள்ளாகவே, அதே நாடகக் குழுவிடமிருந்து இன்னொரு மிகப்பெரிய வெற்றி நாடகம் சர்வர் சுந்தரம்.

அப்பொழுதெல்லாம் பாலசந்தர், சோ போன்றவர்கள் எல்லாம் அமெச்சூர் நாடகக் குழுவினர். நாடகம் முழு நேரத்தொழில் இல்லை. ஆனால், நாடகத்தையே முழு நேர வேலையாக செய்து கொண்டிருந்த புரொஃபஷனல் குழுவினர் பலர் இருந்தனர்.

நடிகர் திலகம் அவர்களின் சிவாஜி நாடக மன்றம் (சிவாஜி அவர்களே நடிப்பார்), எஸ்.வி.சகஸ்ரநாமம் அவர்களின் குழு, திரு. ஆர்.எஸ். மனோகர் அவர்களின் குழு மற்றும் மறைந்த சண்முகம் அண்ணாச்சி அவர்களின் குழு என்று மிகச் சிறப்பான குழுக்கள்.

அவர்களுடன் எல்லாம் போட்டி போடக்கூடிய அளவு மேஜர் சந்திரகாந்தும், சர்வர் சுந்தரமும் இருந்தன.

சர்வர் சுந்தரம் நாடகத்தை வந்து பார்த்த நாடகத் தந்தை என்று போற்றப்படும் சண்முகம் அண்ணாச்சி அவர்கள் மனதார வாய்விட்டு மேடையிலேயே பாராட்டினார்.

அமெச்சூர் குழுவினர் இவ்வளவு தூரம் போடுவது மிகவும் பாராட்டுக்குரியது என்று அங்கு குறிப்பிட்டது மட்டுமல்ல, தன்னுடைய நாடகக் குழுவில் உள்ளவர்களிடம் அதைப் பற்றி தொடர்ந்து சொல்லியிருக்கிறார்கள்.

திரு. கமலஹாசன் அவர்கள் அப்பொழுது சிறு பையன். சண்முகம் அண்ணாச்சியின் குழுவில் ஒரு அங்கத்தினர். சண்முகம் அண்ணாச்சி அவர்கள் அவங்க அமெச்சூரில் எப்படியெல்லாம் போடுறாங்க பாருங்கடா... கத்துக்குங்க... போய்ப் பாருங்க என்று சொல்லி, சர்வர் சுந்தரம் நாடகத்தை தன் உடன் நடிப்பவர்களுடன் வந்து பார்த்திருக்கிறார்.

ராகினி கிரியேஷன்ஸ்

AGS அலுவலகத்தில் கே.பி.க்கு வேலை. அதே சமயம் போஸ்ட் மாஸ்டர் ஜெனரல்... *PMGS* அலுவலகத்திலும் நாடகங்கள் போடும் ஒரு குழு இருந்தது. அவர்கள் கே.பி.யின் நாடகத்தைப் பார்த்து ரசித்து அதன் மூலம் பாலசந்தருக்கு நண்பர்கள் ஆகிவிட்டார்கள். அதேபோல *PMGS*-ல் அப்போதைய *Dead Letter* (தற்போது உள்ள *Returned Letter*) துறையில் பணியாற்றிய கோவிந்தராஜன், ராமன், ராமைய்யா, *CR*. கோபாலகிருஷ்ணன் என்று பலருடனும் நல்ல நட்பு இருந்தது. சி.ஆர். கோபாலகிருஷ்ணன் அலுவலக சூப்பரிண்டெண்ட். அவர் ஒரு நல்ல பிளே ரைட்க்குப் பின் புல் ஸ்டாப் ரொம்ப 'ஹியூமரஸ்' ஆக எழுதுவார். பார்ஸ் (*Farce*) போடுவார். அவரை ராகினி கோபாலகிருஷ்ணன் என்றுதான் அனைவரும் அழைப்பார்கள். அவர் போடும் நாடகங்களில் கேபிக்கு சின்ன சின்ன ரோல்கள் கொடுப்பார். அதுபோல அவருடைய நாடகங்களில் நடிக்கும் பொழுதுதான், அந்தக் குழுவின் நாடகங்களில் அப்பொழுது நடித்துக்கொண்டிருந்த நாகேஷுடன் நடிக்கக்கூடிய வாய்ப்பும் பாலசந்தருக்கு கிடைத்தது.

அப்படி ராகினி ஸ்டுடியோவில் நடித்துக் கொண்டிருந்தபொழுது கே.பி.யை ஒருவர் நாடகம் முடிந்ததும் மேடைக்கே வந்து சந்தித்தார். கையில் நோட் புக், பேனா, "நான் வி.எஸ். ராகவன். நாங்கள் புதுசா

'குரூப்' ஆரம்பிக்கப்போறோம். 'இந்தியன் நேஷனல் ஆர்டிஸ்ட் என்று பெயர். நீங்கள் வந்து நடிக்க வேவண்டும்" என்று படாரென்று கேட்க, சந்தோஷமாய்ச் 'சரி' என்றார் கேபி.

நாகேஷிடம் கோபம்

ஒரு நாடகம், அதில் ஒரு சீரியசான காட்சி. அதில் கேபி. வீட்டின் தலைவராக வருகிறார். ஒருவர் மயக்கம் போட்டு விழுந்ததும், அருகிலிருக்கும் நாகேஷிடம் (கேரக்டரிடம்), "போய் குடிக்கச் கொஞ்சம் தண்ணி கொண்டு வா" என்பார் கேபி.

நாடகத்தின் காட்சிப்படி "இதோ வருகிறேன்" என்று போய் டம்ளரில் தண்ணீர் கொண்டுவர வேண்டிய நாகேஷ், "தண்ணிக்கு போன் பண்ணியிருக்கேன், இப்ப வந்திடும்" என்றார் சீரியசாக. இதைக்கேட்டதும் அரங்கத்தில் 'கொல்'லென்று சிரிப்பு.

இது நாடகத்தில் எழுதப்படாத வசனம். திடீரென்று நாகேஷாக சொல்லியது, அன்றைய நாடகம் முடிந்ததும், நாகேஷிடம் கேபி கோபித்துக் கொண்டார்.

"என்னப்பா... ஒரு சீரியசான காட்சியில, நீ பாட்டுக்கு திடீரென்று அடிச்சுவுட்டுட்ட... எல்லாம் சிரிக்க... அந்தக் காட்சியின் சீரியஸ்நெஸ்சே கெட்டுப்போச்சே" என்றார்.

"எல்லாம் சிரிச்சு ரசிச்சாங்கல்ல... சரி விடு" என்றார் நாகேஷ் சர்வசாதாரணமாக.

நாகேஷ் இதுபோல ஏதாவது செய்துகொண்டு இருப்பார். இதை நாடக இயக்குனர் ராகினி கோபாலகிருஷ்ணனிடம் சொன்னால், அவரும் ரசிகர்கள் சிரிச்சாங்களே... அப்பறமென்ன விடு என்று சொல்லிவிடுவார்.

இதேபோன்ற அனுபவம் கேபிக்கு சோவின் நாடகக் குழுவினருடனும் ஏற்பட்டு இருக்கிறது. எழுதப்படாத எதையாவது திடீரென்று சொல்லி சிரிக்க வைப்பதெல்லாம் கேபிக்கு ஒத்துவராது. நாடகம் என்றால், எழுதியது எழுதியபடி சீரியசாக போகவேண்டும் என்று நினைப்பார்.

வி.எஸ். ராகவன் குரூப்பில்

லாபம் கூடக் குறைவாக இருந்தாலும் பரவாயில்லை. நாடகம் ஏனோ தானோ என்று இருக்கக்கூடாது என்று நினைப்பவராக இருந்தார் வி.எஸ். ராகவன்.

வி.எஸ். ராகவன் குரூப்பில் கட்டுப்பாடுகளும், 'சீரியஸ்னெஸ்'சும் அதிகம். எல்லாம் சரியாக இருக்கவேண்டும். பெர்ஃபெக்ஷன் எதிர்பார்ப்பார். அது கேபிக்கு ஒத்து வந்தது. முதலில் வி.எஸ். ராகவன் 'மனோரதம்'' என்று ஒரு நாடகம் போட்டார். அதன் பிறகு ''எங்கிருந்தோ வந்தாள்'' என்று ஒரு நாடகம். அதனை ஒரு ஆங்கில நாடகத்தின் தாக்கத்தில் எழுதி தயாரித்தார். அதற்கு வசனம் எழுதியவர் திரு. மா.ரா. எனப்படும் திரு. மா.ராமச்சந்திரன்.

எங்கிருந்தோ வந்தாள் நாடகத்தில் 21 வயதான அப்பா வேஷம். பெரிய ரோல் இல்லை. அது ஒரு Protagonist Character. ஆனால் அதை செய்த கேபிக்கு நடிகர் என்ற ஒரு அங்கீகாரம் கிடைத்தது.

இந்த நாடகத்தைப் பாராட்டி எழுதிய கல்கி 'எங்கிருந்தோ வந்தார்கள்' என்று தலைப்பு கொடுத்திருந்தது. அந்த அளவுக்கு அனைவரின் கவனத்தையும் ஈர்த்த நாடகமாக அமைந்தது அது. அதற்கும் அடுத்து பூவாளூர் சுந்தர்ராமன் அவர்கள் கல்கியில் எழுதியிருந்த ஒரு சிறுகதையை, 'கௌரி கல்யாணம்' என்ற பெயரில் நாடகமாகப் போட்டார் வி.எஸ். ராகவன். அந்த சிறுகதையை வி.எஸ். ராகவனும், கேபியும் சேர்ந்து யோசித்து நாடகமாக்கினார்கள். அந்த நாடகத்திற்கு வசனம் கேபி.

'கௌரி கல்யாணம்' நாடகத்தில் கேபிக்கு மிகப்பெரிய பெயர் கிடைத்தது. அதில் அவர்தான் வில்லன். ஊரின் பட்டாமணியம். அதாவது முன்சீப்! நாடகத்தில் ஒரு காட்சி மிக அதிகமான வரவேற்பைப் பெற்ற காட்சி அது.

அதில் ஒரு பெண் கதாபாத்திரம். Vamp. அந்த அம்மாவிற்கும், பட்டாமணியமான கேபிக்கும் பிரச்சனை. கேபி, அந்த பெண்ணைப் பார்க்க அவர் வீட்டுக்கே வருகிறார். அது தெரிந்ததும், பட்டாமணியாரையே அவமரியாதை செய்வதற்காக வீட்டில் இருந்த மற்றொரு நாற்காலியை அகற்றிவிடச் சொல்லுவார் அந்தப் பெண்.

ஒருவரை ஒருவர் மடக்கி மடக்கி இருவரும் வசனம் பேசுவார்கள். கடைசியாய்... தன் தோல்வியை ஒப்புக் கொண்டதுபோல், அந்தப் பெண்ணே, வீட்டின் உள்ளே போய் தானே ஒரு நாற்காலியை கொண்டு வர... கைத்தட்டால் அரங்கமே அதிரும். அந்தப்

பெண்மணியும் அந்தக் காட்சியில் சிறப்பாக நடித்திருப்பார்கள். அந்த சமயத்தில் மிகவும் பேசப்பட்ட காட்சி அது.

கலைஞர் அறிமுகம்

போஸ்ட் ஆபிஸ் தொழிற்சங்கத்தின் ஆண்டு விழா. அதற்காக ஒரு நாடகம், ராமைய்யா என்பவர் எழுதிய தொழிற்சங்கம், நிர்வாகம் பற்றிய ஒரு நாடகம். அதிலும் கேபிக்கு ஒரு 'ரோல்'. அந்த நாடகம் சென்னையில் எக்ஸ்பிரஸ் எஸ்டேட்ஸ்சில் நடைபெறுகிறது. எக்ஸ்பிரஸ் எஸ்டேட்ஸ்சில்தான் டெட் லெட்டர் ஆபிஸ் இருந்தது. அந்த எஸ்டேட்ஸ்தான் கேபிக்கும் அவரது நாடக நண்பர்களுக்கும் மிகவும் பிரியமான இடம். அதனை அவர்களின் Breeding Ground என்று கூடச் சொல்லலாம். அங்கு பல திரைப்பட படப்பிடிப்புகளும் கூட நடந்திருக்கிறது. அங்கு அந்த நாடகத்திற்கு தலைமை தாங்க மு. கருணாநிதியை அழைத்திருந்தார்கள். அப்பொழுதே மு.க. மிகவும் பிரபலமானவர்.

நாடகத்தில் ஒரு காட்சி. தொழிற்சங்கததைச் சேர்ந்தவர்களை அழைத்து, நிர்வாகத்தைச் சேர்ந்த கேபி பேசுவார். பேசி முடித்துவிட்டு அவர்கள் அனைவரும் போனதும், அதுவரையில் கையில் வைத்து உருட்டிக் கொண்டிருந்த ஒரு பென்சிலை, இரண்டாக உடைத்து மேடைமேல் திருப்தியாய், முகத்தில் ஒரு புன்னகையுடன் போடுவார் பாலசந்தர். இந்தக் காட்சியை பாராட்டிப் பேசிய திரு. மு. க. அப்பொழுதே யூனியனை இரண்டாக உடைத்துவிட்டதாக அழகாய் காட்டிவிட்டார் கேபி என்று பாராட்டினார்.

மற்றவர்களை அறிமுகம் செய்தபொழுது கேபியை மு.க.வுக்கு அறிமுகப்படுத்தினார்கள். கூச்ச சுபாவமுள்ள கேபி ஒதுங்கியே இருந்தார். இதுதான் கேபி. திரு. மு. கருணாநிதி அவர்களை முதல் முதலாக சந்தித்த நிகழ்ச்சி.

சோவுடன் அறிமுகம்

அப்பொழுது திரு. சோ. அவர்கள் சென்னை விவேகானந்தா கல்லூரியில் படித்துக் கொண்டிருந்தார். (ராமசாமி என்று பெயர்).

தன் நண்பர்களுடன் சேர்ந்து நகைச்சுவை நாடகங்கள் போட்டுக் கொண்டிருந்தார்.

அவருடைய நாடகங்கள் அந்தக் கல்லூரியில் மிகவும் பிரபலம். அவர்கள் கல்லூரி படிப்பு முடித்து வெளியில் வந்து உடனே தொடங்கியதுதான் வெற்றிகரமான நாடகங்களைப் போட்ட விவேகா பைன் ஆர்ட்ஸ்.

பாலசந்தரின் ஏஜிஎஸ் அலுவலகத்தில் ஒரு விழா. அதில் ஒரு நாடகம் போடலாம் என்று முடிவு செய்யப்பட்டது.

யாரோ சொன்னார்கள். விவேகானந்தா கல்லூரி மாணவன் ராமசாமியின் (சோ) நாடகத்தைப் போடலாம் என்று. போய் கேட்டு நாடக கதை, வசனத்தை வாங்கி வந்து பாலசந்தரிடம் கொடுத்தார்கள்.

'யார் வேஷதாரி' என்பது நாடகத் தலைப்பு. அது ஒரு Flop Stick காமெடி. பாலசந்தருக்கும் பிடித்துவிட்டது. சரி, இதையே போடலாம் என்று முடிவு செய்தார்கள்.

பாலசந்தர் அந்த நாடகத்தை இயக்கினார். நிறைய மாற்றங்கள் செய்தார். அங்கங்கே அவருடைய 'டச்'. அவருடைய நண்பர்களையே நடிக்கவும் வைத்தார். நாடகம் ஹிந்தி பிரச்சார சபாவில் நடந்தது. நிகழ்ச்சிக்கு மாணவர் 'சோ' அவர்களையும் அழைத்திருந்தார்கள்.

தாங்கள் போட்ட அதே நாடகத்தை இவ்வளவு சிறப்பாக போடமுடியுமா? என்று ஆச்சர்யப்பட்டுப் போனார் சோ. மிகவும் மகிழ்ந்துபோனார். நாடகத்தை இயக்கிய பாலசந்தர் மீது 'இம்ப்ரஸ்' ஆகிவிட்டார்.

பின்பு கல்லூரியில் படிப்பு முடித்து வெளியில் வந்து 'விவேகா பைன் ஆர்ட்ஸ்' என்ற சொந்த நாடகக் குழுவை தொடங்கியதும், தான் கதை, வசனம் எழுதும் நாடகங்களை, பாலசந்தரையே இயக்கித்தரும்படி கேட்டுக் கொண்டார்.

ஒப்புக்கொண்ட பாலசந்தர், அவர்களுடைய இரண்டு நாடகங்களை இயக்கினார். வெயிட் ஃபார்... மற்றும் வொய் நாட் என்ற இரண்டு நாடகங்கள், இரண்டுமே நகைச்சுவை நாடகங்கள் தான்.

அவர்களுடைய ‘வொய் நாட்’ நாடகத்தை பாலசந்தர் இயக்கியபோது, அதில் ஒரு புதிய டெக்னிக்கை வைத்தார்.

நாடகத்தில் ஒருவருக்கு ஆபரேஷன் நடக்க வேண்டும். அதை செய்ய வேண்டிய டாக்டர் கர்வமாய், ‘என்னைத் தவிர வேற யாரால இதை செய்ய முடியும்’ என்று கேட்பார்.

அப்பொழுது நாடகம் பார்த்துக் கொண்டிருப்பவர்களில் இருந்த ஒரு டாக்டர், ஏன் முடியாது *Why Not* என்று கத்தியபடி மேடை ஏறுவார். தானே ஆபரேஷனும் செய்வார்.

இந்தக் காட்சி நாடகம் பார்த்துக் கொண்டிருந்தவர்களிடம் பெரிய பரபரப்பை ஏற்படுத்தியது. இதுதான் பாலசந்தர் செய்த டெக்னிக். அந்த நாடகத்துக்கு ஒரு கூடுதல் ‘உந்துதல்’

அண்ணாதுரையின் மதிப்புரைகள்

பேரறிஞர் அண்ணா அவர்கள் எழுதிய வேலைக்காரி, ஓர் இரவு திரைப்படங்களை பைத்தியம் பிடித்தாற்போல மிகப்பெரிய ஆவலுடன் திரும்பத் திரும்ப பார்த்திருக்கிறார் பாலசந்தர்.

அப்படி அவர் மதிக்கும் அண்ணா அவர்கள், பாலசந்தரின் மேஜர் சந்திரகாந்த். சர்வர் சுந்தரம் மற்றும் எதிர்நீச்சல் மூன்றையும் பார்த்திருக்கிறார்.

எவ்வளவு அரசியல் வேலைகள் இருந்தாலும் அண்ணா அவர்கள் நாடகங்கள் பார்ப்பதற்கு என்று நேரம் ஒதுக்கத் தவறுவதேயில்லை. அவர் வரும்பொழுது உடன் ஒரு சிறு கூட்டமே வரும். அதுவும் சென்னை பாரிமுனையில் அமைந்துள்ள ராஜா அண்ணாமலை மன்றம் அவர்களுக்கு வருவதற்கு மிகவும் வசதியான மன்றமாக அமைந்தது.

அண்ணா அவர்கள் தலைமை தாங்குவார்கள். நாடகம் முடிந்ததும் மேடையில் பேசுவார்கள். அவர் நாடகம் தெரிந்தவர், படித்தவர், தமிழ், ஆங்கிலம் இரண்டிலும் புலமை பெற்றவர் என்பனமட்டுமல்ல, அவர் சொல்லும் ‘விமர்சனம்’ மிகச்சரியாக இருக்கும்.

ஒரு 15 நிமிடங்கள் பேசினால், 15 நிமிடங்களும் விஷயம் பொதிந்த நிமிடங்களாக இருக்கும். புகழ்ந்து பேசவேண்டும் என்பதற்காக இல்லாமல், அலங்கார வார்த்தைகள், ஜோடனைகள் இல்லாமல் மிக நுட்பமாக நாடகத்தை கவனித்து, அலசி ஆராய்ந்து பேசுவார்.

அந்த நாடகத்தின் பலம் என்ன, அது எதை நோக்கிப் போகிறது, நாடக ஆசிரியர், இயக்குநர் என்ன சொல்ல வருகிறார் என்பதை மிக நேர்த்தியாகத் தெளிவாகச் சொல்லுவார்.

அவர் என்ன சொல்லப்போகிறார் என்பதை கேட்க பாலசந்தர் மிகப்பெரிய எதிர்பார்ப்புடன் இருப்பார். பேசும்போது மிக கவனமாகக் கேட்டுக் கொள்வார்.

பாலசந்தரின் ஆர்வம்

படித்தவர்கள் விபரம் தெரிந்தவர்கள் எல்லாம் ரசிக்கும் நாடகங்களாக பாலசந்தர் நாடகங்கள் திகழ்ந்தன. பெரிய பெரிய மனிதர்கள்தான் தலைமை தாங்குவது, முன்னிலை வகிப்பது என்றாகிவிட்டது.

அண்ணா அவர்கள் முதல் வரிசையில் உட்கார்ந்திருந்தார்கள். அரசியல்வாதிகளைப் பற்றி அந்த நாடகத்தில் ஒரு வசனம் வரும். “அவர் அரசியல்வாதிதான்; ஆனா... நல்லவர்” என்று. இந்த வசனத்திற்கு அண்ணணாவிடம் என்ன ‘ரியாக்ஷன்’ என்று பார்க்க பாலசந்தருக்குள் குறுகுறுப்பு. இந்த வசனம் பற்றி பின்பு மேடையில் பேசுவாரோ என்று கொஞ்சம் பயம்கூட.

வசனம் வரும்போது எப்படி எடுத்துக் கொள்கிறார் என்று பார்த்துவிட முடிவு செய்கிறார். மேடைக்குப் பின்புறம் கடைசியாய் உள்ள படுதா, அதில் சின்ன குண்டூசி அளவ ஓட்டைகள் இருக்கும். அதற்குப் பின் ஓடுகிறார். அதில் கண்ணை இடுக்கிக்கொண்டு கஷ்டப்பட்டு பார்க்கிறார்.

மேடை, மேடைக்குப் பிறகு முதல் வரிசை, பின் வரிசைகள் எல்லாம் தெரிகிறது. அந்த வசனம் வரும்வரை அங்கேயே நின்று பார்க்கிறார்.

ஒவ்வொரு முறையும் நாடகத்தில் இந்த வசனம் வரும்போது மக்கள்

ரசித்து சிரிப்பார்கள். இப்பொழுது தான் மமிக மதிக்கும் அரசியல்வாதி அண்ணா அதைக் கேட்கப் போகிறார்.

அந்த வசனம் வருகிறது. அண்ணா முகத்தில் ஒரு சின்ன சிரிப்பு. அவ்வளவுதான். சாதாரணமாக எடுத்துக் கொண்டுவிட்டார்.

கலைஞரின் பாராட்டு

அந்த காலத்தில் திரு. மு.கருணாநிதி அவர்களும் பாலசந்தர் நாடகங்களைப் பார்க்க வருவார்கள். அவருடன் மறைந்த மத்திய அமைச்சர் முரசொலி மாறன் முதலியவர்கள் வருவார்கள். அப்பொழுது, மாறன் ஒரு எழுத்தாளர். மேலும் திரைப்பட இயக்குநரும் கூட. சில திரைப்படங்களை இயக்கியிருக்கிறார்.

கலைஞர் தன் நாடகத்தைப் பார்க்கும் பொழுதும், பாலசந்தர் திரைக்குப் பின் நின்றுகொண்டு, கலைஞர் எப்படி நாடகத்தை ரசிக்கிறார் என்று பார்ப்பார்.

நாடகத்தைப் பார்த்துவிட்டு, கலைஞர் மேடையில் பேசுவார். உடன் இயக்குநரான பாலசந்தரை உட்காரச் சொல்வார்கள். பாலசந்தர்

உட்காரவே மாட்டார். ஒதுங்கி ஒதுங்கிப் போவார். இதில் அவருக்கு கொஞ்சம் சங்கோஜம் அப்பொழுதெல்லாம் உண்டு.

சர்வர் சுந்தரம் நாடகத்தைப் பார்த்துவிட்டு கலைஞர் அவர்கள் காரில் திரும்பிப் போகிறார்கள். உடன் மாறன் மற்றும் வேறு சிலர். அவர்களில் கவிஞர் ஆலங்குடி சோமு அவர்களும் ஒருவர்.

“அந்தப் பையன் (பாலசந்தர்) எப்படி எழுதியிருக்கிறான் பார் நாடகம்... அப்படி எழுதனும்...” என்று மாறனிடம் கலைஞர் சொல்லுவதை சோமு கேட்டிருக்கிறார். அதை பின் நாட்களில் பாலசந்தரிடம் அவர் சொல்லியபொழுது, பாலசந்தர் பெருமையாக உணர்ந்திருக்கிறார்.

இந்தியில் மேஜர் சந்திரகாந்த்

இதுவரை பாலசந்தர் நாடகங்களில் தான் உள்ளார். இந்த சமயம், பாலசந்தருக்கு வேண்டிய ஒரு வழக்குரைஞர், நான் திரைப்படம் எடுக்கப் போகிறேன். எனக்கு உங்கள் மேஜர் சந்திரகாந்த் நாடகத்தை திரைப்படமாக்கும் எல்லா உரிமைகளையும் தாருங்கள் என்று கேட்கிறார்.

இதுவரை எந்த திரைப்பட வாய்ப்பும் இல்லை. சரி என்று சொல்ல, ரூபாய் 100 கொடுத்துவிட்டு மேஜர் சந்திரகாந்த் உரிமையும் எழுதி வாங்கிக் கொண்டு வருகிறார்.

அதை வைத்துக்கொண்டு இருந்தவரிடம் ஹிந்திப் படத் தயாரிப்பாளர் ஒருவர் அணுகி, விலை கொடுத்து ஹிந்தியில் எடுக்க உரிமையை வாங்கி விடுகிறார்.

அதில் மேஜராக அசோக்குமாரும், இன்ஸ்பெக்டராக ராஜ்குமாரும் நடிக்கிறாரர்கள். அதன் நாடக வடிவத்தில் பெண் கதாபாத்திரமே மேடையில் வரவில்லை. அதே போலதான் திரைப்படத்திலும் அமைப்பேன் என்று அதன் இயக்குநர் ஃபன்னி மஜிம்தார் முடிவு செய்தார்.

பாலசந்தருக்கு ஹிந்தி நடிகர் அசோக்குமார் மீது மிகவும் மதிப்பு. எதையும் subdued ஆகச் செய்ய முடியாது என்றும் நம்புவார். அவர் தன் நாடகக் கதையில் நடிப்பது பற்றி சந்தோஷப்பட்டார்.

ஆனால், அந்தப்படம் எதனாலோ சரியாகப் போகவில்லை. இதில் வேடிக்கை என்னவென்றால், இன்றுவரை, ஆம்... இன்றுவரை திரு. பாலசந்தர் அந்த இந்தித் திரைப்படத்தைப் பார்க்கவேயில்லை.

ஏவிஎம்க்கு சர்வர் சுந்தரம் ரைட்ஸ்

ஏவிஎம் புரொடக்ஷன்ஸ் என்ற மாபெரும் நிறுவனத்தை நிறுவியவர் மறைந்த ஏ.வி. மெய்யப்ப செட்டியார் அவர்கள். அவர்கள் ஒரு சிறந்த திரைப்படக்காரரர். எதையும் துல்லியமமமாக கணித்து, சரியாக செய்து வெற்றிபெறுபவர்.

நடைபெறும் பல நாடகங்களையும் பார்ப்பார். எது நன்றாக இருக்கிறது என்று ஆராய்வார்.

அவர் சர்வர் சுந்தரம் நாடகத்தைப் பார்த்திருக்கிறார். அவருக்கு மிகவும் பிடித்துப் போய்விட்டது. அவருடைய நிறுவனத்தில் தொடர்ந்து பணியாற்றி வந்த இயக்குநர் (கிருஷ்ணன்) பஞ்சுவிடம், இந்த நாடகத்தை திரைப்படமாக்கும் உரிமையை வாங்கிவிடுங்கள் என்று சொல்லிவிட்டார்.

அப்பொழுது கிருஷ்ணன் பஞ்சு இயக்கத்தில் நாகேஷ் ஏதோ ஒரு திரைப்படத்தில் நடித்துக் கொண்டிருந்தார். நாகேஷ் மூலம், பாலசந்தரை அணுகினார் பஞ்சு. அவர் ஏவிஎம்க்கு என்று கூடச் சொல்லவில்லை. தான் எடுக்கப் போவதாகத்தான் கூறினார் கிருஷ்ணன். பஞ்சு இருவர் மீதுமே பாலசந்தருக்கு மதிப்பு உண்டு. கிருஷ்ணன் அவர்களின் 'ஜட்ஜ்மெண்ட்ஜ சரியாக இருக்குமென்பதையும் எல்லா

விஷயங்களையும் முடிவு செய்துவிட்டு, படப்பிடிப்பு தளத்துக்கு வந்த பின்பு, கிருஷ்ணன் பேசாமல் அமர்ந்து விடுவதையும் பாலசந்தர் கவனித்திருக்கிறார்.

பாலசந்தர் தன் சர்வர் சுந்தரத்தை திரைப்படம் எடுப்பதற்கான 'ரைட்ஸ்'சினை எழுதிக் கொடுத்துவிட்டார். பணத்திற்குத்தான். அதை கிருஷ்ணன் பஞ்சு இயக்கப்போகிறார்கள். சரி... வரட்டும் என்று காத்திருந்தார்.

சௌகார் ஜானகி

இரண்டு நாடகங்கள் வெளிவந்து சக்கைப்போடு போடுகின்றன. அடுத்து என்ன நாடகம் போடலாம்? என்று யோசித்துக் கொண்டிருக்கையில் ஒரு கரு கிடைத்தது.

தாய் மீது மிக அதிகமான பாசமுள்ள ஒரு கதாபாத்திரம். அவன் ஊருக்குப் போயிருக்கிறபொழுது எதிர்பாராதவிதமாக தாய் இறந்து விடுகிறாள். அவன் ஊரிலிருந்து வருகிறான். அங்கு பணிபுரிந்த தான் காதலித்த நர்ஸைப் பார்க்கிறான். தன் தாயாகவே!

அவனது உள் மனதுக்கு தெரியும் அவள் தாயில்லை என்று. ஆனால், அவனது வெளி மனசு அதை ஒப்புக் கொள்ளாது. Mother Fixation இவள் தான் அம்மா... அம்மா உயிரோடுதான் இருக்கிறாள் என்று நம்ப விரும்பும் ஒரு கதாபாத்திரம். இதுபோல போடலாம். போட்டால் ரசிகர்கள் ஒப்புக்கொள்வார்களா? எடுபடுமா? இது ஒரு ''சைக்லாஜிகல்' விஷயமாயிற்றே... புதுமையான இதை எப்படி அழுத்தமாகச் சொல்வது.

இந்த கதாபாத்திரத்தில் சாதாரண ஆட்களைப் போட்டால் எடுபடாது போய்விடலாம். வேறு யாரைப் போடலாம் என்று பாலசந்தர் யோசிக்கையில், மேஜர் சுந்தர்ராஜன் 'பட்'டென்று சாதாரணமாகச் சொன்னாராம். 'நடிகை சௌகார் ஜானகியைப் போடலாம்' என்று.

அப்பொழுது சௌகார் ஜானகி அங்கீகரிக்கப்பட்ட பெரிய கதாநாயகி. புதிய பறவை, பாலும் பழமும் என்று மிகப்பெரிய வெற்றிப் படங்களில் நடிகர் திலகத்துடன் நடித்தவர். திரைப்பட கதாநாயகி.

இதுவோ ஒரு மேடை நாடகம். "சீ... சீ.. சௌகார் ஜானகியா...? முடியுமாடா? அவங்களைப் போய் எப்படிடா கேட்கிறது?"

பாலசந்தருக்கு நம்பிக்கையில்லை.

"நாம் கேட்கலாம்... தப்பே கிடையாது..."

தொலைபேசி அலுவலகத்தில் பணியாற்றிய சுந்தர்ராஜனுக்கு சௌகாருடன் அறிமுகம் இருந்திருக்கிறது. நான் கேட்கிறேன் என்கிறார்.

அது அப்படியிருக்க, பாலசந்தர் அந்த நாடகத்துக்கு 'மெழுகுவர்த்தி' என்று பெயர் வைத்து எழுத ஆரம்பித்து விடுகிறார். சர்வர் சுந்தரத்தில் கதாநாயகனாக நடித்த நாகேசுக்கு இதில் முக்கிய கதாபாத்திரம் இல்லை. ஆனால், 'மெடிக்கல் ரெப்ரெசண்டேட்டிவ்'வாக ஒரு வலுவான கதாபாத்திரம்.

சௌகாரை நடிக்க ஒப்புக்கொள்ள செய்வது எப்படி? பாலசந்தருக்கு ஒரு யோசனை வருகிறது. மேஜரிடம் சொல்கிறார். 'அவங்களை நம்ம சர்வர் சுந்தரம் நாடகத்தை பார்க்க வை. அப்பத்தான் நம்ம டிரூப் பத்தி ஒரு அபிப்ராயம் வரும்.

சௌகாரும் சர்வர் சுந்தரம் மட்டுமில்லை. மேஜர் சந்திரகாந்தையும் பார்க்கிறார்கள். பிரமித்துப் போய்விடுகிறார்கள். பின்பு, அவர்கள் வீட்டுக்குப் போய் மேஜர் கேட்கிறார். மெழுகுவர்த்தியில் நடிக்க வேண்டும் என்று. சௌகாருக்கு நாடகத்தில் நடிப்பதற்கு ஆசை வந்துவிட்டிருந்தது. மேடை, மேக்கப்... நேரடியாய் உடனடியாய் ரசிகர்களின் பாராட்டுகள் கைத்தட்டல்கள் எல்லாம் பிடித்துவிட்டது.

பின்பு பாலசந்தரை அறிமுகப்படுத்த, அவர் கதை சொல்ல... 'ரொம்ப நல்ல... அதே சமயம் மிகவும் கஷ்டமான ரோல் என்னால பண்ண முடியுமான்னு தெரியலை' என்றார்கள். 'எல்லாம் உங்களால் முடியும். 'எனக்கு தியேட்டரே (நாடகமே) தெரியாது. எல்லாம் நீங்கள்தான் பார்த்துக்கொள்ள வேண்டும்'.

'சரி' என்று சொல்ல பால சந்தரால முடியாது! பாலசந்தர் குழுவிற்கு மிகப்பெரிய மகிழ்ச்சி.

(தில்லுமுல்லுவில் சௌகார் அவர்களை தன் தாயாக நடிக்குமாறு ரஜினி போய்க் கேட்பாரே நினைவிருக்கிறதா)

சௌகார் ஜானகியின் பண்பு

சௌகார் ஜானகியோ அப்பொழுதே புகழ்பெற்ற பெரிய நடிகை. அவர்களுக்கு பணம் ஒரு பெரிய விஷயமல்ல. ஆனால், இதுபோன்ற நாடகங்களில் நடிக்க வேண்டுமென்பதற்காக ஒப்புக்கொண்டார்கள். நாடக ஒத்திகை மாலை 5 மணி என்றால் 5 மணிக்கு 'டாண்' என்று வந்தவிடுவார்கள். ஒரு நாற்காலியைப் போட்டுக்கொண்டு 'நட்சத்திரம்' என்று தனியாக உட்காரமாட்டார்கள்.

எந்த பந்தாவும் இல்லாமல் எல்லோருடனும் கலந்து பேசிப் பழகுவார்கள். இவ்வளவு பெரிய திரைப்பட நடிகையை எப்படி தான் இயக்கமுடியும் என்று பாலசந்தருக்கும் தொடக்கத்தில் கொஞ்சம் 'காம்ப்ளெக்ஸ்' இருந்திருக்கிறது.

பெரிய திரைப்பட நட்சத்திரம் நாகேஷை இயக்கவில்லையா? அப்படித்தானே இதுவும் என்று நினைப்பு வந்தாலும், சௌகார் ஜானகியின் ஈகோ இல்லாமல் பழகும் தன்மையும், சகஜமான போக்கும்தான் பெரிதும் உதவியிருக்கிறது.

ஜனங்க ஒத்துப்பாங்களா?

நாடக ஒத்திகை நடந்து கொண்டிருந்தது. செய்தி வெளியில் தெரிந்து, ஊரெல்லாம் இதே பேச்சு. சௌகார் ஜானகி நாடகத்தில் நடிக்கிறாங்க. சௌகார் நடிக்கிறாங்க. கூடவே நாகேஷும் நடிக்கிறார்.

நாடக சபாக்களுக்கு இந்த விஷயங்கள் பருத்தி புடவையாக காய்த்த மாதிரி, இரண்டு பெரிய திரை நட்சத்திரங்கள். பாலசந்தர் இயக்கம்.

நாடகம் அரங்கேறியது. முதல் நாள், பாலசந்தருக்கு படு டென்ஷன். இந்த மனோதத்துவமான விஷயம் எடுபடுமா? தன் காதலியைப் பார்த்து நாகேஷ் திடீரென்று அம்மா என்று கூப்பிட, சிரிச்சிடுவாங்களோ, புரிஞ்சிப்பாங்களோ, ஒத்துப்பாங்களா? மனதுக்குள் ஆளுயர கேள்வி அலைகள். இதை ஒப்புக்கலைன்னா, இந்த நாடகமே அவுட். அதோட... நாடக வாழ்க்கையே... என்றெல்லாம் கூட சிந்தனை வந்து பயமுறுத்தியது.

முதல் ஷோ. அந்தக் காட்சியும் வந்தது. அந்த வசனத்தை நாகேஷ் சொல்லியதும், ஒரு சின்ன சலசலப்பு. நகங்களை கடித்தபடி, டென்ஷனுடன் பாலசந்தர் ஒரு மூலையிலிருந்து ரசிகர்களையே பார்த்துக் கொண்டிருக்கிறார்.

ஒரு சிலர் ஒப்புக் கொள்ளாதது மாதிரியும், அவர்களுக்கு வேறு சிலர் விளக்குவது மாதிரியும் தெரிந்தது. நல்ல வேளை, யாரும் சிரிக்கவில்லை.

அடுத்த காட்சியில் ஒரு டாக்டர் வந்து நாகேஷ்க்கு நிகழ்ந்த மாற்றத்தைப் பற்றி ஆங்கிலத்திலும், தமிழிலும் ஒரு கதாபாத்திரமாகவே விளக்குவார். அந்த நாடகத்தை ஏற்றுக்கொண்டு விட்டார்கள். எங்கு போட்டாலும் அந்தக் காட்சியில் ஒரு சலசலப்பு வரும். பின்பு புரிந்து கொள்ளப்படும்.

குமுதத்தில் வந்த முதல் நாடக விமர்சனம்

அதுவரை குமுதத்தில் நாடகத்திற்கு விமர்சனம் வந்ததில்லை. மறைந்த அதன் ஆசிரியர் எஸ்.ஏ.பி. அவர்கள் பார்த்திருக்கிறார்கள். 'அட நம்மூரிலும் இப்படி நாடகம் போட ஆட்கள் இருக்கிறார்களா' என்று அவருக்கு ஆச்சர்யம் கலந்த மகிழ்ச்சி போலும்.

'திரைப்படம் தோற்றுப்போக, டெலிவிஷன் வரவேண்டாம். இப்படி நாலு பாலசந்தர்கள் கிளம்பினாலே போதும்' என்று முடிந்திருந்தது விமர்சனம்.

அந்த விமர்சனம் நாடகத்துக்கு பெரிய உதவியாகிவிட்டது. குமுதமே பாராட்டிவிட்டது என்று ஒரே பேச்சு.

எம்.ஜி.ஆர். பார்த்தார்.

அந்த மெழுகுவர்த்தி நாடகத்தை மறைந்த முதல்வர் திரு. எம்.ஜி.ராமச்சந்திரன் வந்து பார்த்தார். அவருக்கு அந்த நாடகத்தை மிகவும் பிடித்துப் போய்விட்டது. அவருக்கும் இந்த 'அம்மா பாசம்' அதிகம்போலும்.

அவர் மறைந்த நடிகை கண்ணம்மாவின் குடும்பத்திற்கு உதவி செய்வதற்காக அவருடைய கணவர் நாகபூஷணம் அவர்களுக்கு ஒரு படத்தில் நடித்துக் கொடுப்பதாக வாக்கு கொடுத்திருந்த சமயம்.

இந்த நாடகத்தைப் பார்த்தவர், இதன் உரிமையை வாங்கிவிடுங்கள். நான் நடித்துத் தருகிறேன் என்று சொல்லிவிட்டார். மேலும், பாலசந்தரையே கதை வசனம் எழுத சொல்லிவிடுங்கள் என்றும் சொல்லிவிட்டார். எம்ஜிஆர் சொல்லிவிட்டால் மறு பேச்சு ஏது? உரிமையை கொடுத்தாயிற்கு. ஆனால், நாகபூஷனத்திற்குப்

புரியவேயில்லை. இந்த நாடகத்தைப் படமாக்கினால், இதில் எம்ஜிஆர் எப்படி நடிக்கமுடியும் என்ற, ஏனென்றால் அதில் வலுவான கதாபாத்திரம் சௌகார் என்ற பெண் கதாபாத்திரம்!

பாலசந்தர் காட்சிகள், வசனம் எழுதி, எழுதி நாகபூஷனத்திடம் கொடுப்பார். அவர் பார்த்துவிட்டு, அப்செட் ஆகிவிட்டார். பாகலேது, பாகலேது (நல்லாயில்லை) என்றே சொல்லிக் கொண்டிருந்தார்.

பம்பாயில் நாடகம்

பாலசந்தரின் நாடகங்கள் அதுவரை சென்னையில்தான். மெழுகுவர்த்தி நாடகமும் நன்றாக அமைந்துவிட, அவர் வசம் மொத்தம் 3 சிறந்த நாடகங்கள். அப்பொழுது பம்பாய் தமிழ் சங்கத்திடமிருந்து அழைப்பு. அதுதான் முதன் முதலில் அவர்கள் சென்று நடத்திய வெளியூர் நிகழ்ச்சி.

சண்முகானந்தா ஹால்தான் அப்போதைய மிகப்பெரிய அரங்கம். 8000 நபர்கள் வரை அமரலாம். கீழே அமர்ந்துபோக, இரண்டு 'காலரி'களிலும் அமரலாம். அங்கு மேஜர் சந்திரகாந்த், சர்வர் சுந்தரம் மற்றும் மெழுகுவர்த்தி நாடகங்கள் போட, பயங்கரமான வரவேற்பும், பெயரும் கிடைத்தது.

சௌகாருக்காக ஒரு பாத்திரம்

மெழுகுவர்த்தி நாடகமும் தொடர்ந்து போடப்படுகிறது. சௌகார் அவர்களும் இந்தக் குழுவினரோடு நன்கு பழகுகிறார்கள். சமயத்தில் தானே சமைத்து எடுத்து வந்து, ஆட்களை வைத்து ஒத்திகையின் பொழுது உணவு பரிமாறுவதும் உண்டு. அப்படி ஒரு நெருக்கம் காட்டினார்கள்.

பாலசந்தர் தன் அடுத்த நாடகத்துக்கான திட்டம் போடுகிறார். சர்வர் சுந்தரம் அளவு மெழுகுவர்த்தியில் நாகேசுக்கு பெரிய பாத்திரம் இல்லையே, சரி. அடுத்த நாடகத்தில் நாகேசுக்கு பெரிய 'ரோல்' கொடுக்க வேண்டும் என்று நினைக்கிறார்.

அதே சமயம், சௌகார் ஜானகிக்கும் பளிச்சென்று ஒரு நல்ல ரோல் கொடுக்க வேண்டும் என்றும் முடிவு செய்கிறார்.

அப்படி யோசித்து எழுதப்பட்டதுதான் எதிர்நீச்சல். அனைவர் வீட்டு வேலைகளையும் சிரித்தபடி செய்துவிட்டு, சாப்பாட்டுக்காக மாது வந்திருக்கேன் என்று நாகேஷ் ஒவ்வொரு வீடாக நிற்பாரே, அந்த கதைதான் எதிர்நீச்சல். அந்த 'சிம்பதி' மிகப்பிரமாதமாக எடுப்பட்டது.

அதில் பட்டு மாமி, கிட்டு மாமா என்று பாத்திரங்கள். பட்டு மாமியாக சௌகார். கிட்டு மாமாவாக ஸ்ரீகாந்த். அதில் வரக்கூடிய பலவற்றில் இரண்டு பாத்திரங்கள்.

ஆனால், 'பட்டு மாமி' தமிழ் கூறும் நல்லுலகில் மிகவும் ரசிக்கப்பட்டது. மிகப் பிரபலமாகிறது. அதைப் பற்றி பேசாதவர்களே இல்லை என்னுமளவு தாக்கம் ஏற்படுத்தியது. திரைப்படங்களில் மடிசார் கட்டி 'மாமி' என்று வரும் கதாபாத்திரங்களுக்கெல்லாம் அந்த பட்டு மாமிதான் முன்னோடி.

அப்பொழுது தினமணிக்கதிரில் ஆசிரியராக இருந்த சா.விஸ்வநாதன் (சாவி) அவர்கள் கூட 'பட்டு மாமியைப் பார்த்தீர்களா' என்று தலைப்பிட்டுத்தான் சர்வர் சுந்தரம் விமர்சனம் எழுதியிருந்தார். அந்த அளவிற்கு பட்டு மாமி 'பவர்புல்'லான கதாபாத்திரமாக பாலசந்தர் அவர்களால் படைக்கப்பட்டது. அவரே படைத்திருந்தாலும் ஒரு படைப்பாளியாகவும், இயக்குநராகவும் அவர், அவர்கள் அப்படி எழுதியதை ஒப்புக்கொள்ளவில்லை என்பது வேறு விஷயம்.

அந்த நாடகத்தில் நாகேசுக்கு ஏகப்பட்ட பாராட்டு. அவர் பாட்டுக்கு கைதட்டலாக வாங்கிக் கொண்டே போவார்.

பாராட்டு பெற்ற செட்

அந்த நாடகத்தின் தொடக்கமே அசத்தலாக இருக்கும். பாலசந்தர் கதை, வசனம், நடிப்பு தவிர, நாடகங்களில் செட் எனப்படும் அரங்க அமைப்பில் அதிக கவனம் செலுத்துவார். அதில் ஏதாவது புதிது புதிதாக செய்து கொண்டேயிருப்பது அவர் வழக்கம்.

முன்பு மேஜர் சந்திரகாந்தில் 'ஒரே செட்' முயற்சித்தார். சர்வர் சுந்தரத்தில் திரையை தூக்கியதுமே, பார்ப்பவர்கள் அதிசயிக்கும் வண்ணம் ஒரு வீட்டின் உட்புற தோற்றத்தை செய்திருப்பார். (அன்றிலிருந்து அவருக்கு செட்டு போட்டுக் கொடுத்தவர் திரு. ரங்கண்ணா அவர்கள். இன்றும் திரு. கே.பி. யின் 'மின்பிங்களில்' இருக்கிறார்).

அந்த அடுக்கு வீட்டில் பல குடித்தனங்கள். அதில் ஒரு மாடிப்படி. அதனடியில் மாடிப்படி மாது, ஒரு வீட்டில் சுப்ரபாதம் ஒலித்துக் கொண்டிருக்கும்.

இந்த தொடக்கக் காட்சியைப் பற்றிய பிரமிப்பை மீண்டும் குமுதம் குறிப்பிட்டு எழுதிப் பாராட்டியிருந்தது. சர்வர் சுந்தர் நாடகத்தை மறைந்த திரு.எஸ்.எஸ்.வாசன் அவர்கள் மியூசிக் அகாடமியில் பார்த்திருக்கிறார்கள். அவர்களுக்கு இந்த நாடகம் மிகவும் பிடித்துப் போய்விட்டது.

ஏ.எஸ்.ஏ. சாமியின் அன்பு

திரு. ஏ.எஸ்.ஏ. சாமி என்றொரு நல்ல இயக்குநர். 'அரசக்கட்டளை' (எம்.ஜி.ஆர். நடித்தது) முதலிய படங்களை இயக்கியவர். அவருக்கு பாலசந்தர் மீது ஒரு அபிமானம். அவர்கள் பாலசந்தரை அழைத்துப் போய் ஒரு சினிமா கம்பெனியிடம் சொல்லி அட்வான்ஸ்கூட வாங்கிக் கொடுத்தார்கள். ஆனால், துரதிஷ்டவசமாக அந்த படம் தொடக்கத்திலேயே நின்றுவிட்டது.

அடுத்து நித்ய கல்யாணி பிலிம்ஸ், எம்.ஜி.ஆர் அவர்களை வைத்து தயாரிக்கவிருந்த ஒரு படம். அதற்கும் திரைக்கதை எழுத பாலசந்தரை புக் செய்ய, ஏ.எஸ்.ஏ. சாமி அவர்கள் உதவினார்கள். அந்த படமும் பாதியிலேயே நின்று விட்டது.

எம்.ஜி.ஆருக்கு வசனம்

எம்.ஜி.ஆர். அவர்கள் மெழுகுவர்த்தி பார்த்துவிட்டு, தன்னுடைய சத்யா மூவிஸ் தயாரிக்கும் 'தெய்வத்தாய்' படத்திற்கு திரைக்கதை வசனமெழுத பாலசந்தரை வைத்துக் கொள்ளுமாறு மேனேஜர் திரு. ஆர்.எம்.வீரப்பன் அவர்களிடம் சொல்லிவிட்டார்.

அந்தப் படம் ஒரு இந்திப் படத்தின் 'ரீமேக்'. இந்தியில் நடிகர் பிரான் நடித்திருந்தார். அம்மா பாசம்தான் சப்ஜெக்ட்.

உங்களைப் பற்றி எம்.ஜி.ஆர். அவர்கள் சொன்னார்கள். நானும் உங்கள் நாடகத்தைப் பார்த்தேன். நீங்கள் எழுதுங்கள் என்று சொல்லி முன் பணமும் கொடுத்தார். அந்த இந்திப் படத்தை 'ரீமேக்' செய்யும் முன்பு பாலசந்தர் பார்க்க ஏற்பாடு செய்தார்கள். படத்தை அந்தக் காலத்தில் திரையரங்கில்தான் பார்க்க வேண்டும். சிடி, வீடியோ எல்லாம் கிடையாது. அதிக 'பிரிவ்யூ' அரங்குகளும் இல்லை.

சென்னை அண்ணாசாலையில் உள்ள பிளாசா தியேட்டர். (காஸ்மோபாலிடன் கிளப் அருகில்) அதில் அந்த இந்தி திரைப்படம். தனியொரு ஆளாய் பாலசந்தர் பகல் காட்சி பார்க்கிறார்.

படம் பார்த்து முடிந்ததும், ஆர்எம்வி. அவர்கள் பாலசந்தரிடம், நீங்க 'தெய்வத்தாய்'க்கு இதை வச்சு திரைக்கதை பண்ணிடுங்க. பின்னாடி அதை எம்.ஜி.ஆர். அவர்களுக்கு ஏற்றமாதிரி மாற்றிக் கொள்ளலாம் என்கிறார்.

சரி என்று சொல்லிவிட்டு பாலசந்தர், தனக்குத் தோன்றிய புதுமைகளையெல்லாம் வைத்து காட்சிகள் எழுதுகிறார். நம் நாடகங்களைப் பார்த்து, அவை பிடித்துப் போனதால்தானே நம்மைக் கூப்பிட்டிருக்கிறார்கள். நாமும் நம் நாடகங்கள் போலவே புதுமையாக இதிலும் எழுதுவோம் என்று எழுதுகிறார்.

ஆர்எம்வியின் பண்பு

பாலசந்தர் எழுதி ஆர்.எம்.வி. அவர்களிடம் தான் கொடுக்க வேண்டும். அவர் பார்க்கிறார் 'எம்.ஜி.ஆர்-க்கு என்று ஒரு பாணி இருக்கிறதே, அவருக்கென்று ஒரு 'இமேஜ்' இருக்கிறதே. இது (பாலசந்தர் எழுதியது) சரியாக வராதே' என்கிறார்.

ஆர்.எம்.வி. அவர்கள் பெரிய புத்திமான். அதே சமயம் மிகவும் இங்கிதம் தெரிந்தவர். புண்படுத்தவே மாட்டார். மிகவும் ஜாக்கிரதையாக கையாளுபவர். 'இது, அப்படி வந்தால் தான் எம்.ஜி.ஆர். படம் போல இருக்கும்' என்று பொறுமையாக எடுத்துச் சொல்வார்.

பாலசந்தரோ பெரும்பாலும் சிவாஜி படங்கள்தான் பார்த்திருக்கிறார். அவருக்கு எம்.ஜி.ஆர். பாணி படங்கள் ரசிக்கவில்லை. அதுவரை அவர் பார்த்திருந்த ஒரே எம்.ஜி.ஆர். படம் 'அலிபாபாவும் 40 திருடர்களும்' தான்!

ஆர்.எம்.வி. என்ன சொல்லியும் பாலசந்தரால் எம்ஜிஆருக்கு ஏற்றார்போல, 'அம்மா, தாயே, உங்களை மாதிரி...' என்றெல்லாம் எழுதவில்லை. எத்தனை முறை எழுதிக் கொண்டு போனாலும், அதை ஆர்.எம்.வி. மாற்றி எழுதுவார்.

என்னடா இது, இப்படி வந்து மாட்டிக்கொண்டு விட்டோமே, பெரிய இடமாயிற்றே. பேரைக் கெடுத்துக் கொள்ளாமல் வெளியே போகவேண்டுமே என்ற பயம் வந்திருக்கிறது.

அதற்குள் அங்கிருந்த ஒரு கூட்டம், ‘இவருக்கு எழுதவரலை... தூக்கினாலும் தூக்கிடுவாங்க’ என்று பாலசந்தர் காதுபடவே பேசினார்கள்.

‘என்னடா இது... நம்ம பாணியே வேற... இது நமக்கு எழுத முடியலையெ...’ என்று வருத்தப்பட்டுக்கொண்டே, இவர்களாக நம்மை கழற்றி விட்டுவிட்டால் கூடத் தேவலை என்று நினைக்குமளவு நிலைமை இருந்தது.

ஆர்.எம்.வி.யின் நற்குணம்

நிலைமை இப்படியே தொடர, ஆர்எம்வி ஒரு வேலை செய்தார். ‘பாலசந்தர் நீங்கள் எழுதறத எழுதிக் கொடுங்க, நான் மாத்திக்கறேன்’ என்று சொல்லிவிட்டார். பாலசந்தரும் நல்லதாகப் போச்சி என்று எழுதிக் கொண்டுபோய் கொடுப்பார்.

அதை அப்படியே ஒரு கோடு போட்டு அடித்துவிட்டு பக்கத்தில் ஆர்எம்வி வேறு வசனங்கள் எழுதிவிட்டார். அதையும் பாலசந்தரிடம் ஒவ்வொரு முறையும் தவறாது காட்டச் சொல்வார். பாலசந்தர் பார்த்துவிட்டு சரி என்று சொல்லுவார். ஆனால், கடைசிவரை ஆர்எம்வி, பாலசந்தரை விடவேயில்லை. அவரை எழுதித் தரச் சொல்லித்தான், தான் மாற்றினார். அவமரியாதை செய்ததேயில்லை. பாலசந்தரை கழற்றி விடுவதாக இருந்தால் சுலபமாக ஆர்எம்வி செய்திருக்க முடியும். அவர் செய்யவில்லை. அதுதான் ஆர்.எம்.வி.

பாலசந்தரும் அப்படியே

அந்தப் படத்தில் பண்டரிபாய்க்கு தாய் வேடம். எம்.ஜி.ஆருக்கு மகன் வேடம். படத்தின் இயக்குநர் பி.மாதவன். ஸ்ரீதரிடம் உதவி இயக்குநராக இருந்து பின்பு, ‘தங்கப் பதக்கம்’ உட்பட பல படங்களை இயக்கியவர்.

வசனங்கள் இயக்குநரான பி.மாதவனிடம் போகும். அவர் பார்க்கும்பொழுது பாலசந்தர் எழுதியதும், அதை அடித்துவிட்டு ஆர்எம்வி எழுதியதும் தெரியும்.

அவர் பாலசந்தரிடம் சொல்வார், நீங்கள் எழுதியதே பொருத்தமாக இருக்கறதே என்று. பாலசந்தர் தெளிவாகச் சொல்லிவிடுவார். நீங்கள் திரு. ஆர்எம்வி எழுதியதை பயன்படுத்திக் கொள்ளுங்கள். எனக்கு ஒன்றும் அப்ஜெக்‌ஷன் இல்லை என்று.

இசையமைப்பில் முதல் அனுபவம்

'தெய்வத்தாய்' படத்திற்கு திரு. எம்எஸ்வி. அவர்கள் இசை. கவிஞர் வாலி பாடல்கள் எழுதினார். இசையமைப்பு நடக்கும்பொழுது பாலசந்தரும் திரைக்கதை வசனகர்த்தா என்ற முறையில் போவார். ஆனால் ஓர் ஓரத்தில் உட்கார்ந்து கொள்வார். எதிலும் கலந்து கொள்ளக் கூச்சம். பேசாமல் பார்த்துக் கொண்டிருப்பார்.

ஆர்எம்வியும் இருப்பார். அவர்தான் பாடல்களுக்கான மெட்டைத் தேர்வு செய்யவேண்டும். எது வெற்றி பெறும் என்று தேர்வு செய்வதில் அவருக்கு நல்ல ஞானம் உண்டு. அவர் சொல்வதை எம்ஜிஆர் கூட கேட்டுக் கொள்வார். இன்னும் சொல்லப்போனால், இதுமாதிரி விஷயங்களில் எம்ஜிஆர் சொல்வதை மாற்றக்கூடிய ஒரே நபர் ஆர்எம்வி அவர்கள்தான்.

பாடல்கள் தேர்வு செய்வது எப்படி என்பதை பாலசந்தர் முதன்முதலில் இங்குதான் கற்றுக்கொண்டார்.

விட்டுப்போன முதல் கேடயம்

ஒரு வழியாக 'தெய்வத்தாய்' படம் முடிந்து, அதே பிளாசா திரையரங்களில் படம் ரிலீஸ். முதல்நாள், படம் பார்க்க பாலசந்தர் போகிறார். முதன் முறையாக ஒரு திரைப்படத்தில் அதுவும் எம்ஜிஆர் படத்தில் டைட்டில் கார்டில் 'வசனம்' பாலசந்தர் என்று பெயரைப் போடுகிறார்கள்.

அவர் மனதுக்குள் ஒரு கேள்வி. அவரைப் பார்த்தே, 'நீ என்ன பெரிசா பண்ணிட்டேன்னு படம் பார்க்கப்போறே...? அது ஒரு இந்திப் படம். அதன் மொழிமாற்றத்தில் நீ எழுதினதையும் மாத்திட்டாங்க!'

இப்படிப்பட்ட கேள்விகள் மனசுக்குள் வந்தாலும், 'சரி. சரி... முதல் படம் நாமே நல்லாத்தான் எழுதினோம். அவர்களுக்கு ஒத்துவரவில்லை. நாமென்ன செய்ய?' என்று சமாதானம் செய்து கொண்டார். இருந்தாலும் சிலர் 'எழுத வரவில்லை' என்று கேவலமாகப் பேசியது உறுத்திக் கொண்டுதான் இருந்தது.

படம் நன்றாகப் போயிற்று. 100 நாள். சரி, ஒரு விழா எடுப்பார்கள். பெற்றவர்களுக்கெல்லாம் ஆளுக்கு ஒரு கேடயம் கிடைக்கும். நமக்கும் ஒன்று உண்டு என்று நினைத்திருக்கையில், நாட்டில் நடந்த ஏதோ ஒரு சோக நிகழ்ச்சி காரணமாக எம்ஜிஆர் அவர்கள் அந்தத் திரைப்படத்தின் விழாவையே ரத்து செய்துவிட்டார்கள். கேடயம் எவருக்குமே தரப்படவில்லை.

அடுத்து என்ன நாடகம் போடலாம் என்பதே பாலசந்தரின் யோசனையாக இருக்கும். எந்த வெற்றியையும் நினைத்து மல்லாந்து விடுவதேயில்லை.

அவருடைய மூளை அடுத்த வெற்றிக்கான யுக்திகளைப் பற்றியே எப்பொழுதும் சிந்தித்துக் கொண்டே இருக்கும்.

அவர் போட்ட மூன்று நாடகங்களும் பெரிய வெற்றி. பெரிய பெயர். எல்லா இடத்திலும் ஹவுஸ் புல். நாடகங்களில் பெரிய திரைப்பட நட்சத்திரங்கள் நாகேஷ், சௌகார் ஜானகி எல்லாம் நடிக்கிறார்கள்.

முழு நாடகத்திற்கும் சேர்த்து சபாகாரர்கள் முன்பு ரூ.250 தான் கொடுத்துக் கொண்டிருந்தார்கள். ஆனால் இப்பொழுது ரூ.2000 தர முன்வந்திருக்கிறார்கள். ரூ.2000 என்பது மிகப் பெரிய ஏற்றம்தான். ஆனாலும் அதை வைத்துக் கொண்டுதான் நாடகத்திற்கான மொத்த செலவையும் செய்தாக வேண்டும்.

நடிக, நடிகைகள் சம்பளம், மேக்கப், இசையமைப்பாளர்களுக்கான சம்பளம், நாடகம் போடுவதால் பாலசந்தருக்கு ஏதும் வருமானம் இல்லை. திருப்தி மட்டும்தான்.

நாடகம் போடும் சபாக்களும் பெரிதாய் சம்பாதித்து விட முடியாது. முதல் இரண்டு வரிசைகளுக்கு ரூபாய். 50 டிக்கெட். கடைசி வரிசை நாற்காலிகளுக்கு ரூ. 5 டிக்கெட் இருக்கும்.

தன்னுடைய நாடகங்களுக்கு ஒரு 'பாப்புலர் அப்பீல்' இருந்தாலும் நல்ல வெற்றி பெற்றதாலும் சுறுசுறுப்பாய் அடுத்த நாடகம் பற்றி யோசிக்கத் தொடங்கினார். தன் குழுவினருடன் அமர்ந்து கதை விவாதம் செய்தார். நாகேஷுக்கு ஒரு முக்கிய வேடம் கொடுக்க வேண்டும் என்று முடிவு செய்தார்.

ஒரு டாக்டர், மருத்துவமனை ஒன்று நடத்துவார். அவருக்கு ஒரு மகள், அவரும் டாக்டர். தன் மகள் (சௌகார் ஜானகி) இல்லறத்தில் ஈடுபடாமல், டாக்டர் தொழிலிலேயே இருக்கவேண்டும் என்று நினைக்கும் வித்தியாசமான அப்பா.

அந்த மருத்துவமனையில் காலில் அடிபட்டு, சிகிச்சை பெறும் ஒரு கால்பந்தாட்ட வீரர் அவர் மீது சௌகார் ஜானகிக்கு காதல் வருகிறது. தந்தை டாக்டர் எதிர்க்கிறார். இதில் நாகேஷ் ஒரு கேன்சர் பேஷண்ட். முதலில் தனக்கு கேன்சர் என்று தெரியாது. பின்பு தெரியும். நிறைய குறும்புகள் செய்வார். அவர் மீது ஒரு இரக்கம் வரும்படியான கதாபாத்திரம். இறுதியில் இறந்து போவார்.

கதை முடிவு பண்ணி நடிக, நடிகைகள் முடிவு செய்து எழுதத் தொடங்கியாயிற்று. தேதிகள் பெற்று ஒத்திகை ஆரம்பிக்க வேண்டும்.

திரைப்படம் இயக்க வாய்ப்பு தந்த ஏ.கே.வேலன்

அப்பொழுது திரு. ஏ.கே. வேலன் என்ற இயக்குநரிடம் இருந்து அழைப்பு. அவர் பிரேம் நசீர் அவர்களை வைத்து சின்ன பட்ஜெட்டில் ஒரு படம் எடுத்து, அது பிரமாதமாக ஓடியிருந்தது. அவர்தான் அருணாச்சலம் ஸ்டூடியோவின் உரிமையாளரும் கூட.

அவர் எதற்கு தன்னை அழைக்கிறார் என்று யோசித்தபடி அவரைப் பார்க்கப் போகிறார். ஏ.கே. வேலன் அவர்கள் பாலசந்தரிடம் நாடகங்களைப் பார்த்திருக்கிறார். அவர் பாலசந்தரைப் பார்த்து, "நீங்க எனக்கு ஒரு படம் பண்ணித் தாருங்கள்" என்றார்.

பாலசந்தருக்கு அந்தக் காலகட்டத்தில் சினிமா என்பது பற்றிய யோசனையே இல்லை. நாடகங்களில் தான் குறியாக இருந்திருக்கிறார்.

"இல்ல சார்... இப்ப முடியாது. ஒரு நாடகம் எழுதிகிட்டு இருக்கேன். அந்த வேலையே சரியா இருக்கு."

"அப்படியா...? அது என்ன நாடகம்?"

நீர்க்குமிழி நாடகத்தின் கதையை சுருக்கமாகச் சொன்னார்.

"அட... இதுவே நல்லாயிருக்கே... இதைணே பண்ணிடுங்க."

"...."

"நீங்களே 'டைரக்டரும்' பண்ணிடுங்க..."

"பாலசந்தருக்கு அதிர்ச்சி.

"அய்யய்ய... அதெல்லாம் வராது சார்..."

"..."

"நான் ஏதோ நாடகத்தில் உட்கார்ந்துகிட்டு குண்டுசட்டியில குதிரை ஓட்டிக்கிட்டு இருக்கேன். இது சினிமாவுக்கெல்லாம் சரியா வராது சார்."

ஏ.கே. வேலன் விடவில்லை. அவருக்கு பாலசந்தர் மீது அபார நம்பிக்கை.

"என்ன சார் தெரியாதுங்கறீங்க...? எனக்கு என்ன தெரியும். நான் தமிழ் வாத்தியார்தான். நான் எடுக்கலையா? படம் நல்லா ஓடித்தான் இன்னைக்கு இந்த (அருணாச்சலம்) ஸ்டுடியோ எல்லாம் வாங்கியிருக்கேன். உங்களால முடியும். எனக்குத் தெரியும். சும்மா தைரியமா செய்யுங்க. நீங்க நாடகத்துல பண்ணலையா? அதேதானே அதேமாதிரிதான்..." அழுத்தமாய் சொல்லுகிறார்.

அவர் மிக நல்ல மனிதர். "சரி சார்... நான் யோசனை பண்ணிட்டு வந்து சொல்றேன். என் குழு நண்பர்கள்கிட்டயும் விசாரிச்சுக்கிட்டு வந்து சொல்கிறேன்".

"ஓ. நல்லாக் கேட்டுக்கிட்டே செய்யுங்க..." அதுவரை சினிமா பற்றியே யோசித்திருக்காததால், குறிக்கோளாக வைச்சுக்காததால கஷ்டம் போல தோன்றியிருக்கிறது. கோவிந்தராஜன் உட்பட்ட நண்பர்களிடம் நடந்ததைச் சொல்கிறார் கிடைத்தது திட்டு.

"அடப்போடா பைத்தியக்காரா... சினிமாவை டைரக்ஷன் பண்ணுடான்னு கூப்பிட்டு சொன்னா, வேண்டான்னுட்டா வர்ற" என்று சத்தம் போட்டார்கள். இதுல யோசிக்க என்ன இருக்கிறது. களத்தில் இறங்கிட வேண்டியதுதானே என்று ஊக்கம் கொடுத்தார்கள்.

அவரிடம் மீண்டும் போய் சரி என்று சொல்ல, அவருக்கு சந்தோஷம். நடிகர், நடிகைகள் பற்றி பேச்சு வந்தபொழுது, நீங்க உங்க நாடகத்தில போடுகிறவர்களையே போட்டுக் கொள்ளுங்கள் என்றார் தயாரிப்பாளர் வேலன்.

நீர்க்குமிழி எழுதியாயிற்று. ஒருபுறம் நாடக ஒத்திகை. அரங்கேற்ற வேண்டும். மறுபடியும் அதே கதையை திரைப்படமாக எடுக்கும் வேலைகள்.

முதல் படத்தின் பெயர் – 'நீர்க்குமிழி'

நாடகம் அரங்கேறி பிரமாதமான வெற்றி. ஏ.கே. வேலனும் வந்து பார்த்தார். அவ்வளவுதானே... இனி என்ன... திரைப்பட படப்பிடிப்பை உடனே ஆரம்பிச்சிடுங்க என்றார். யாரைப் போட்டுக்கலாம் என்றதற்கு நாடகத்தில் நடிப்பவர்களையே போட்டுக் கொள்ளுங்களேன் என்றார்.

சின்ன பட்ஜெட் படம்தான். செங்கல்பட்டிலிருந்து சிலர் பைனான்ஸ் செய்தார்கள்.

முதன் முதலாக ஒரு திரைப்படத்தை இயக்குகிறார். அந்தத் திரைப்படத்தின் பெயர் 'நீர்க்குமிழி'. அதாவது நிலையாதது என்ற பொருளில். அவரே நாடகத்துக்கு வைத்ததுதான் என்றாலும், முதன் முதலாய் செய்யும் திரைப்படத்திற்கு, அது கூடாது என்று படத்துக்கு பைனான்ஸ் செய்பவர்கள் சொன்னார்கள்.

எவ்வளவோ பெயர்கள் வைக்க முடியுமே... எதற்கு இந்தப் பெயர் என்று சமாதானமாய் எடுத்துச் சொல்லியும் பார்த்தார்கள். ஹீஹீம். பாலசந்தர் பெயரை மாற்றுவதாக இல்லை.

நாடகத்துக்கு வைத்தேன். வெற்றிகரமாகத்தானே போகிறது! இதிலென்ன 'செண்டிமென்ட்'! இதுதான் இந்தக் கதைக்கான சரியான தலைப்பு. தெளிவாய்ச் சொல்லிவிட்டார்.

தயாரிப்பாளர் ஏ.கே. வேலனிடம் மட்டும் ஒரு வார்த்தைக் கேட்டுக் கொண்டார். உங்களுக்கு ஏதும் இதில் வருத்தம் இருந்தால்... என்று. அவர் எனக்கு ஏதுமில்லை, உங்கள் விருப்பப்படியே வைத்துக்கொள்ளுங்கள் என்று சொல்லிவிட்டார்.

படப்பிடிப்பு நடக்க ஆரம்பித்தது, நாடகத்தில் நடிப்பவர்களே பெரும்பாலும் திரைப்படத்திலும் நடிக்கிறார்கள். கால்பந்தாட்ட வீரராக கோபி நடித்தார். நாகேஷ், சௌகார் முதலியவர்கள் அதே முக்கிய வேடங்களில் நடித்தார்கள். இப்படியாக பாலசந்தருக்கு திரைப்பட இயக்கம் என்று மிகச் சுலபமாக வந்து சேர்ந்தது. அதிலும் மிகச்சிறந்த, சுதந்திரம் கொடுத்த தயாரிப்பாளர் ஏ.கே. வேலன் கிடைத்தார்.

நாகேஷின் பெருந்தன்மை

ஏற்கனவே படப்பிடிப்பு தளங்களுக்கு பாலசந்தர் போயிருக்கிறார். அப்பொழுதெல்லாம் அவர் அந்தத் திரைப்படங்களில் திரைக்கதை வசனகர்த்தா அவ்வளவுதான். நீர்க்குமிழியில் தான் முதன் முதலாக இயக்குநர் தொப்பி அணிந்து போகிறார்.

முதல் நாள் படப்பிடிப்பு. அருணாச்சல ஸ்டுடியோ. நாகேஷ் நடிக்கிறார். பாலசந்தரும், அவரும் நல்ல நண்பர்கள். எப்பொழுது பேசிக் கொண்டாலும் 'வாடா போடா' தான்.

ஆனால், படப்பிடிப்பு தளத்தில் பாலசந்தரை, நாகேஷ் 'சார்... சார்' என்றே சொல்கிறார். பாலசந்தருக்கு ஒரு மாதிரியாகிவிட்டது. நாகேஷை தனியே அழைத்துப்போய் கேட்கிறார்.

“இதோ பால் பாலு... இதுவரை எப்படியோ சரி... இப்ப இங்க நீ ஒரு டைரக்டர். நீதான் கேப்டன். நான் உன்னை வாடா போடானன்னு பழைய மாதிரி கூப்பிட்டால் சரியாக இருக்காது. மற்றவர்கள் உன்னை மதிக்கவேண்டும். அதற்கு நான் உன்னை இப்படித்தான் அழைக்கவேண்டும். நீ சாதாரணமா என்னைப் பேர் சொல்லிக் கூப்பிடு” என்றார்.

வாயடைத்துப் போனார் பாலசந்தர். என்ன ஒரு சிந்தனை. பாலசந்தருக்கு மரியாதை வரவேண்டுமென்பதற்காக, 3, 4 வருஷம் பழகியிருந்தவரிடம் இப்படி சார் போட்டுக் கூப்பிட வேண்டும் என்று நினைக்கிறாரே என்று. சூட்டிங் நடைபெறும் போதெல்லாம் ஞாபகமாக ‘சார்’ தான். பாலசந்தருக்கு என்னவோ போலிருந்தது. போகப் போகத்தான் சரியானது.

நீர்க்குமிழி நாடகத்திலும் புதுமை

தன்னுடைய ஒவ்வொரு நாடகத்திலும் செட் முதற்கொண்டு எல்லாவற்றிலும் ஏதாவது புதுமை செய்யவேண்டும் என்ற தாகம் பாலசந்தரிடம் இருந்தது. எப்பொழுதும் அதைப் பற்றியே சிந்தனை ஓடும்.

நீர்க் குமிழி நாடகத்திலும் ஒரு ஹாஸ்பிட்டல் வார்டு செட். அதில் நோயாளிகள் பலர் கட்டிலில் படுத்திருப்பார்கள். ‘செட்’டின் நடுவில் – உள்பக்கம் தள்ளி உயரத்தில் ஒரு ஜன்னல் தெரியும். அதற்குப் பின் அறை. அதுதான் டாக்டரின் அறை.

சில காட்சிகள் ‘வார்டு’வில் நடக்கும். பின்பு நோயாளிகள் தூங்குவார்கள். அப்பொழுது வார்டு விளக்குகள் அணைக்கப்பட்டு, டாக்டரின் அறையில் மட்டும் விளக்கு எரியும். அங்கு டாக்டரும் நர்சும் பேசுவது கேட்கும்.

இதையெல்லாம் மேடை நாடகத்தில் பார்த்தவர்கள் அசந்துபோனார்கள். எல்லாம் புதுமையாக இருந்தன. இந்த புத்திசாலித்தனங்கள் நல்ல வரவேற்பை பெற்றன.

முதல் பட ரிலீஸ் அன்று திருப்பதியில்

நாடகம் ஒருபுறம் சிறப்பாக போய்க்கொண்டிருக்க, நீர்க்குமிழி திரைப்படமும் சீக்கிரமே தயாராகிவிட்டது. படம் கிட்டத்தட்ட நாடகம் மாதிரியே வந்திருந்தது. படம் வெளியாகும் நாள் நெருங்குகிறது. ஏவிஎம் ஸ்டுடியோவில் தான் படத்தின எடிட்டிங் முதலிய வேலைகள் நடைபெற்றன.

சென்னையில் கெயிட்டி, ராக்ஸி மற்றும் சில திரையரங்குகளில் படம் வெளிவருகிறது. முதல் நாள், ரசிகர்கள் படத்தைப் பார்த்துவிட்டு எப்படி 'ரியாக்ட்' செய்யப்போகிறார்கள். இந்தப் படத்துக்கு வரவேற்பு எப்படியிருக்கும் என்று இயக்குநர் பாலசந்தருக்கு எந்த பயமும் இல்லை. ஆனால், இந்த விஷயத்தை ஒரு திரைப்படமாக எப்படி ஏற்றுக் கொள்கிறார்கள் என்று கொஞ்சம் யோசனை இருந்தது. ஆனால், படம் எப்படி வரவேற்கப்படும், வசூல் செய்யுமா என்று பைனான்சியர்கள் படபடப்பாய்தான் இருந்தார்கள். அவர்கள், படம் ரிலீஸ் அன்று திருப்பதி போய் சாமி கும்பிடலாம் வாருங்கள் என்று பாலசந்தரையும் அழைத்துக்கொண்டு போய்விட்டார்கள்.

இப்பொழுது இருப்பதைப்போல செல்போன்கள் எல்லாம் இல்லாத காலம். திருப்பதியில் சாமி கும்பிட்ட பிறகு திரும்பலாம் என்று நினைக்கையில், 'சஸ்பென்ஸ்' பொறுக்க முடியாமல் ஒரு பைனான்சியர் சென்னை கெயிட்டி திரையரங்கிற்கு டிரங்க்கால் போட்டு 'படம் எப்படி போகிறது' என்று கேட்டிருக்கிறார்.

"நல்லா போகுது சார். நல்லா ரசிக்கிறாங்க. அதுலயும் இந்த முதல்ல... வார்டே கதை சொல்லுவதுபோல் இருக்கும் புதுமையெல்லாம் ரொம்ப நல்லா 'ரிசீவ்' பண்றாங்க" என்று பதில் வந்தது. நாடகம் போலவே நன்றாக உணர்ச்சிகரமாக வந்திருக்கிறது என்று பாராட்டினார்களாம். கிளம்பி சென்னை வந்தார்கள்.

இன்னும் பாதுகாக்கும் மிகப்பெரிய பாராட்டு

வீட்டிற்கு வந்தால், ஏவிஎம் முத்திரையுடன் ஒரு கடிதம் வந்திருக்கிறது. பிரித்துப் படித்தால், அது திரையுலக ஜாம்பவான்

ஏ.வி.மெய்யப்ப செட்டியாரிடமிருந்து வந்திருந்தது. அன்பு பாலசந்தர் என்று தொடங்கி ஆங்கிலத்திலே எழுதப்பட்டிருந்தது.

Now you have joined the ranks of good Directors in Tamil Nadu. Congrats. Keep it up என்று எழுதி கையெழுத்திட்டிருந்தார்.

'தமிழ்நாட்டில் உள்ள நல்ல இயக்குநர்களின் வரிசையில் நீங்கள் சேர்ந்து விட்டீர்கள். வாழ்த்துகள்... தொடர்ந்து செய்யுங்கள்' என்று அவ்வளவு பெரிய மனிதர், சினிமா தெரிந்தவர், அவராக எழுதி அனுப்பினால், ஒரு இளம் இயக்குநருக்கு, அதுவும் தன் முதல் படத்தை இயக்கி முடித்து, படம் எப்படி வந்திருக்கிறது? என்று யோசித்துக் கொண்டிருப்பவருக்கு எப்படியிருந்திருக்கும்!

அப்படி ஒரு கடிதம் ஏவிஎம் செட்டியாரிடமிருந்து வந்ததும், பாலசந்தரின் சந்தோஷத்திற்கு அளவேயில்லை. அவருக்கு அது ஒரு மிகப்பெரிய விருது பெற்ற மகிழ்ச்சியையும், பூரிப்பையும் கொடுத்தது. எதை செய்தாலும் அதை மிகப்பெரிய வெற்றியாக முடிப்பவரிடமிருந்து தன்னிச்சையாக இப்படி ஒரு பாராட்டா...! என்று பாலசந்தர் புளகாங்கிதம் அடைந்தார்.

ஏ.வி. மெய்யப்ப செட்டியார், நாடகங்களைப் போய்ப் பார்ப்பார். அதேபோல, வேறு எங்கு எவர் எதை சிறப்பாகச் செய்கிறார் என்றும் கவனிப்பார். அதுபோலதான் அவருடைய ஏவிஎம்மில் தயாரான நீர்குமிழியையும் அவருடைய டீலக்ஸ் ஸ்டுடியோவில் பார்த்திருக்கிறார். உடனே எழுதியிருக்கிறார்.

திரைப்படமும் நன்றாக ஓடியது. தயாரிப்பாளர் பைனான்சியர்களுக் கெல்லாம் சந்தோஷம்தான். 1964-65-களில் அந்தப் படத்திற்கான மொத்த செலவுமே 15 லட்சம் இருந்திருந்தால் அதிகம்!

நீர்க்குமிழிதான் கே.பாலசந்தர் எழுதி இயக்கி வெளிவந்த முதல்

திரைப்படம் என்பது சரிதான். ஆனால், அதில் வெளிவந்த என்பதை கவனிக்க வேண்டும். ஏனென்றால், அதற்கு முன்பே அவருக்கு படங்கள் இயக்க வாய்ப்பு வந்து, அவரும் ஒப்புக்கொண்டு, படங்கள் பாதியிலேயே நின்று போயிருக்கின்றன.

பாலசந்தர் வாழ்க்கையில் அவருடைய வாழ்க்கையில் மறக்கமுடியாத ஒரு நபர் திரு. ஏஎஸ்ஏ சாமி அவர்கள். அவர்தான் முதன் முதலில் பாலசந்தருக்குத் திரைப்படம் எழுதி இயக்கும் வாய்ப்பு வாங்கிக் கொடுத்தார்.

முக்தா வி. சீனிவாசனிடமிருந்து அழைப்பு

இப்பொழுது பாலசந்தருக்கு ஒரு பெயர் வந்துவிட்டது போலிருந்தது. சினிமாத் துறையில் பலராலும் கவனிக்கப்பட்டார். நாடகங்களில் நன்றாக செய்பவர்களுக்குத் திரைப்படத்தில் வாய்ப்புகள் கொடுத்து வந்த முக்தா வி. சீனிவாசன் அவர்கள் பாலசந்தரைக் கூப்பிட்டு அனுப்பினார். அவர்தான் சோ அவர்களையும் அழைத்து திரைப்படத்தில் வாய்ப்புக் கொடுத்தவர்.

அவர் ஒரு கதை எழுதி வைத்திருந்தார். படத்தை நீங்க வசனம் எழுதுங்க. ஆறு மாசத்தில் முடிக்கணும். 5000 ரூபாய் சம்பளம் என்று சொன்னார். பாலசந்தர் அப்பொழுதெல்லாம் ஏஜிஎஸ் அலுவலக வேலைக்குப் போவதில்லை. வேலையை விட்டுவிடவில்லையே தவிர, சம்பளமில்லா நீண்ட விடுப்பில் இருந்தார். அதனால், மாதாமாதம் சம்பளம் என்று ஏதும் வராமல் இருந்தது. அவருடைய அப்போதைய மாதச் சம்பளம் ரூ.320.

முக்தா சீனிவாசனிடம் படம் செய்ய ஒப்புக்கொண்டது பாலசந்தருக்கு மிகவும் சௌகரியமாகப் போய்விட்டது. அவருக்கு மாதம் பிறந்தால் சீனிவாசன் அவர்கள் அலுவலகத்திலிருந்து ‘டான்’ ஏன்று ரூ.500 வந்துவிடும். அந்தப்படம் ‘பூஜைக்கு வந்த மலர்’. ஜெமினிகணேசன், சரோஜாதேவி நடித்தார்கள்.

சிவாஜி படத்துக்கும் வசனம்

அதே சமயத்தில், சிவாஜி அவர்களை வைத்து பி. மாதவன் 'நீலவானம்' படம் செய்ய இருந்தார். அவர்களுக்கு ஒரு 'அவுட் லைன்' வைத்திருந்தார். அதைச் சொல்லி எழுதச் சொல்ல, அதை விரிவுபடுத்தி பாலசந்தர் வசனமும் எழுதினார். அந்தப் படமும் நன்றாக ஓடியது.

ஒரு பத்திரிகையாசிரியர் கூட ரூ.100 முன்பணம் கொடுத்து, எனக்கும் 'சின்ன பட்ஜெட்டில்' ஒரு படம் எழுதி இயக்கித்தர வேண்டும் என்று கட்டாயப்படுத்தினார்.

இப்படியாக பாலசந்தருக்கு பரவலாக ஒரு அங்கீகாரமும், பெயரும் வந்தது.

குமுதம் விமர்சனம்

நீர்க்குமிழியில் நாகேஷ்க்கு கேன்சர். நீலவானம் படத்தில் கதாநாயகிக்கு கேன்சர். அடுத்தடுத்து வந்த இரு படங்களையும் சுட்டிக்காட்டி, பாலசந்தர் எழுதினால் இப்படி 'கேன்சர்' வருகிறதே, இப்படியே போனால் அவரை கே.பாலசந்தர் என்றழைப்பதை விட்டுவிட்டு, பு. பாலசந்தர் அதாவது, புற்றுநோய் பாலசந்தர் என்றுதான் அழைக்க வேண்டியிருக்கும் என்று நீலவானம் படவிமர்சனத்தில் குமுதத்தில் எழுதினார்கள்.

நீர்க்குமிழி சரி... நீலவானம், மாதவன் அவர்களின் கதை. ஒரு பெண்ணின் வயிற்றில் கேன்சர் வளருவதை, குழந்தை வளருவதாக எடுத்துக் கொள்வதாக கதை. அது பிடித்திருந்ததால், அதனை பாலசந்தர் மாற்றாமல் செய்தார். விமர்சனத்தைப் படித்துவிட்டு பாலசந்தரும் நண்பர்களும் விழுந்து விழுந்து சிரித்தார்கள்.

கேன்சர் படுத்திய பாடு

நீர்க்குமிழி வெளிவந்த சமயம், ராஜேஷ் கன்னா நடித்து ஆனந்த் என்ற இந்திப் படமும் வெளிவந்து நன்றாக ஓடியது. அதிலும் ராஜேஷ் கன்னா ஒரு கேன்சர் நோயாளி. படம் முழுக்க மிகவும் ஜாலியாக ஜோக் அடித்துக் கொண்டிருந்துவிட்டு, இறுதியில் இறந்துபோகும் கேரக்டர்.

இரண்டு படமும் இப்படி ஒரு கேன்சர் பேஷண்ட் இறுதியில் இறக்கும் கதை கொண்டிருந்ததால், யார் யாரைப் பார்த்து காப்பியடித்தார்கள் என்று பெரிய விவாதங்கள் நடந்தன.

பாலசந்தர் அதற்குப் பிறகுதான் அந்த ஆனந்த் திரைப்படத்தைப் பார்த்தார். அப்பொழுதெல்லாம் சினிமாவில் பெரிய வியாதி என்றால் 'சிம்பதி' உருவாக்க வேண்டுமென்றால் உடனே 'கேன்சர்' தான். என்ன செய்ய?

அடுத்த நாடகம்

நாடகத்திலிருந்து வந்த பாலசந்தருக்கு, அடுத்ததும் ஒரு நாடகம் எழுதி இயக்கத்தான் ஆசையாக இருந்தது. எதைப் போடலாம், அதில் என்ன புதுமை செய்து மக்களைக் கவரலாம் என்று தீவிரமாக யோசித்தார். ஏதாவது ஒரு வித்தியாசமான முடிச்சு கிடைத்தால் போதும். அதை வைத்து முழுநீள நாடகம் தயாரித்துவிடுவார்.

அப்பொழுதுதான், அதிக ஆங்கிலப்படங்கள் பார்க்கும் வழக்கமுடைய மேஜர் சுந்தர்ராஜன், ஒரு கதையைச் சொன்னார். 'Desperate Hours' என்ற ஆங்கிலப் படத்தின் கதை அது. அதன் 'முடிச்சு' பாலசந்தருக்கு மிகவும் பிடித்துப் போய்விட்டது.

ஒரு நீதிபதி, அவர் 3 திருடர்களுக்கு சிறை தண்டனை வழங்குகிறார். அவர்கள் தப்பித்து வந்து ஒருவர் வீட்டில் அடைக்கலம் கேட்கிறார்கள். தற்செயலாய் அது அந்த நீதிபதியின் வீடு. அவர்களை போலிஸ் தேடுகிறது.

அடுத்த நாடகத்தில் மேடை அமைப்பில் இதுவரை செய்யாதது

எதையாவது செய்யவேண்டும் என்று நினைத்துக் கொண்டிருந்த பாலசந்தருக்கு, இந்தக் கதையில் அதற்கான வாய்ப்பு ஒன்று புலப்பட்டது.

எதிர் நீச்சலில் மேலேயும், கீழேயுமாக ஒரே சமயம் இரண்டு செட்கள். *Double Decker* போல. அடுத்து நீர்க்குமிழியில் வார்டும், டாக்டர் அறையும் முன்பும் பின்புமாய் இப்பொழுது, நாடக மேடையை குறுக்கு வெட்டில் இரண்டாகப் பிரித்துப் போடலாம். ஒன்று வீடு, மற்றொன்று போலிஸ் ஸ்டேஷன்.

சௌகார் ஜானகி, நாகேஷ் எல்லாம் மீண்டும் இதிலும் நடித்தார்கள். நாகேஷ் வீட்டின் நிலைமை தெரியாமல், வந்துபோகும் ஒரு உறவினர். அவர் செய்யும் தாமாஷ்கள் நன்றாக வந்தது.

கொஞ்ச நேரம் நாடகம் வீட்டில் நடக்கும். அப்பொழுது போலீஸ் ஸ்டேஷன் உள்ள பக்கம் செட்டில் வெளிச்சம் இருக்காது. எதுவும் தெரியாது. அடுத்து, திரை போடாமலேயே காட்சி மாறும். வெளிச்சம் இப்பொழுது போலிஸ் ஸ்டேஷனில், வீட்டுப் பக்கம் இருட்டு.

பின்பு இங்கு, சிறிது நேரம் கழித்து அங்கு மாறி மாறி காட்சிகள். ஒரு கட்டத்தில் இரண்டு பகுதிகளிலுமே நாடகம் நடக்கும். ரசிகர்கள் வியந்து போனார்கள். மிகப் புதுமையான அனுபவமாக அமைந்தது.

நாணல் என்ற இந்த நாடகமும் மிகப்பெரிய வெற்றி. இது 'டெஸ்பரேட் அவர்ஸ்' என்ற படத்தின் காப்பி என்று சிலர் சொல்லிக் கொண்டு இருந்தார்கள். கதைக்களம் அங்கிருந்து எடுக்கப்பட்டதுதான். ஆனால், அந்த நாடகத்தைப் பார்த்தவர்களுக்குத் தெரியும். அது எவ்வளவு சிறப்பாக மாற்றி அமைக்கப்பட்ட அருமையான தமிழ் நாடகம் என்று.

உண்மையில் பட்ட அடி

இந்த நாடகத்தில் மூன்று திருடர்களாக மேஜர் சுந்தர்ராஜன், கோபாலகிருஷ்ணன் மற்றும் ஹரிகிருஷ்ணன், நீதிபதியாக (இயக்குநர்) கே.விஜயன், மனைவியாக சௌகார்.

எந்த நாடகமாக இருந்தாலும் அது எத்தனையாவது முறையாக போடப்பட்டாலும் இயக்குநர் பாலசந்தர், நாடகம் நடைபெறும் நேரம் முழுவதும் கண்கொத்திப் பாம்பாக இருப்பார். மேடைக்குப் பக்கத்தில், எதிரே பார்வையாளர்களுக்குப் பின்னால் என்று ஓடி ஓடி ஒவ்வொன்றாக கவனிப்பார். வசனங்கள் சரியாக கேட்கிறதா? சரியான நேரத்தில் விளக்கணைக்கிறார்களா? படுதா விழ வேண்டிய நேரத்தில் விழுகிறதா... ஒவ்வொன்றையும் பார்த்துக் கொண்டேயிருப்பார். பெர்ஃபெக்ஷன் அவருக்கு மிகவும் முக்கியம்.

நாடகத்தில் திருடர்களில் ஒருவனாகிய கோபாலகிருஷ்ணனை அந்த வீட்டின் பெண்ணைத் தொட்டு விட்டதற்காக, திருடர்கள் தலைவன் சுட்டுவிடுவான். கோபாலகிருஷ்ணன் சுடுபட்டதும் கீழே விழவேண்டும். அன்றும் விழுந்தார்.

ஆனால் காட்சி முடிவதற்குள்ளாகவே எழுந்து உட்கார்ந்துவிட்டார். ஏன் கொன்றேன்? என்று வசனம் பேசிக் கொண்டிருந்தவருக்கு குழப்பம். அதைவிட பார்வையாளர்களுக்கு, இவர்களை எல்லாம் விட அதிக டென்ஷன் ஆனவர் பின்னால் நின்று நாடகத்தை கவனித்துக் கொண்டிருந்த பாலசந்தர்தான்.

ஓடினார்... படுதாவைப் போடுங்க... போடுங்கடா என்று சொல்லிவிட்டுப் பார்த்தால், கீழே விழுவதாக நடித்ததில், உண்மையிலேயே வி. கோபாலகிருஷ்ணனுக்கு தலையில் அடிபட்டு, ஒன்றுமே புரியவில்லை. நாடகம் என்பதே மறந்துபோய்விட்டது. விபரம் சொல்லி 15 நிமிஷம் இடைவெளி விட்டு மீண்டும் பெல் அடித்து... (ஆமாம்... கிர்ர்ர்... என்று கேட்கும்) நாடகத்தை தொடர்ந்திருக்கிறார்கள். நல்ல வேளை, கோபால கிருஷ்ணனுக்கு அடியினால் பாதிப்பு எதுவுமில்லை.

ஜி.என். வேலுமணிக்குப் படம்

ஜி.என். வேலுமணி அவர்கள் அந்த காலத்திலேயே மிகப்பெரிய தயாரிப்பாளர். பாலும், பழமும் போன்ற பெரிய வெற்றிப் படங்களைத் தயாரித்தவர். அவருக்கு பாலசந்தரின் முதல் நாடகமான

மேஜர் சுந்திரகாந்தையே சிவாஜி கணேசனை வைத்து திரைப்படமாக எடுக்க ஆசை.

அதைப் பற்றி அவர் சிவாஜி கணேசனிடம் பேசியபொழுது அவரிடமிருந்து சம்மதம் கிடைக்கவில்லை. அப்பொழுது சிவாஜி அவர்கள் இளமையான பாத்திரங்களில் நடித்துக் கொண்டிருந்ததும், மேஜர் சந்திரகாந்த் ஒரு நடுத்தர வயதுக்காரர் கதாபாத்திரம் என்பதாலும் இருக்கலாம். என்ன காரணத்தினாலோ அது நிறைவேறவில்லை. விட்டுவிட்டார்கள்.

இப்பொழுது நாணல் நாடகம் நன்றாக இருப்பதைப் பார்த்த ஜி.என். வேலுமணி அவர்கள், அதனைத் திரைப்படமாக்க விரும்பினார்.

நீங்களே திரைப்படத்தையும் டைரக்ட் பண்ணிடுங ்க. நாணலில் போட்ட அதே செட்டு... அதே கதாபாத்திரங்கள், நடிகர்கள், கதாநாயகி மட்டும் மாற்றிவிடலாம். நீங்கள் நாடகத்தில் போட்டிருக்கும் ஷோபா அவர்களைத் திரைப்படத்தில் தெரியாது. அதனால் கே.ஆர். விஜயாவைப் போட்டுக் கொள்ளலாம் என்று சொல்லிவிட்டார். நாடகத்தில் கோபாலகிருஷ்ணன் நடித்த இன்ஸ்பெக்டர் 'ரோலில்' நடிகர் முத்துராமன், ஸ்ரீகாந்த் அந்த வீட்டில் உள்ள ஒரு மகன், வி. கோபாலகிருஷ்ணன் திருடர்களில் ஒருவன்.

நாணல் திரைப்படமாகி வெளிவந்து நல்ல பெயர். பாலசந்தர் இன்னும் கொஞ்சம் கூடுதல் பிரபலமானார்.

சினிமா தொடர்ந்து கை கொடுக்குமா?

வேலைக்கு சேர்ந்தோமே ஒழிய, அங்கு லீவு போட்டுவிட்டு, நாடகமே கதியாய் அடுத்தடுத்து சில நாடகங்கள் போட்டாயிற்று. அதில் இரண்டு சினிமாவாகவும் ஆகிவிட்டது. அடுத்து என்ன? பிழைப்பு இப்படியேதான் போகப்போகிறதா? பெரிய வசதி ஒன்றும் வந்துவிடவில்லை. ஏதோ செலவுக்கு சிரமமில்லாமல் போகிறது அவ்வளவுதான். கொஞ்சம் பிரபலமாகியிருப்பது உண்மைதான். ஆனால் அதை வைத்து என்ன செய்ய?

இப்படியாக அவருடைய எண்ணங்கள் இருந்தன. அதற்கு ஏற்றாற்போல, பெண்ணை நம்பிக் கொடுத்த மாமனாரிடமிருந்து கொஞ்சம் பிரஷர் வந்தது.

பாலசந்தரின் மனைவியிடமும், தாயாரிடமும் தன் ஆதங்கத்தை வெளியிட்டிருக்கிறார். ‘மாப்பிள்ளை பாட்டுக்கு நல்ல அரசாங்க வேலைக்கு லீவு போட்டுட்டு நாடகம், சினிமான்னு போறார். இப்படியே லீவு நாலு வருஷம் ஆயிடுச்சி... அரசனை நம்பி புருஷனைக் கைவிட்டுடப்போறார்’ என்பதுபோல அவர் பேச, அது பாலசந்தர் காதுக்கும் வந்திருக்கிறது.

தனக்கே அப்படி ஒரு எண்ணம் இருக்க, கேட்க உரிமையுள்ள மாமனாரும் இப்படி கேட்கப்போக, அதைப் பற்றி தீவிரமாக சிந்தித்திருக்கிறார்.

அடுத்து வேறு ஒரு நாடகம் போடுவதா? கடைசியாய் சினிமா ஷூட்டிங் போயும் 2 மாதம் ஆகிவிட்டது. அடுத்த பட வாய்ப்பு ஏதாவது வருமா? தெரியவில்லையே!

நாகேஷின் யோசனை

தன்னுடைய இந்த பயத்தை, சந்தேகங்களை நண்பன் நாகேஷிடம் பகிர்ந்துகொண்டிருக்கிறார். அப்பொழுது நாகேஷ் ஒரு யோசனை

சொல்கிறார். ‘மேஜர் சந்திரகாந்த்’தை திரைப்படமாக்கலாம் என்பதுதான் அந்த யோசனை.

மேஜர் சந்திரகாந்த் நாடகத்தில் ஒரு கொலைகாரன் வேஷம் வருதில்லையா, அதான் உங்க ஏஜிஎஸ் ஆபிஸ் மணவாளன் போடுவாரே அந்த ரோலை நான் பண்ணுறேன். இப்படி ஒரு பிராஜக்டை (மேஜர் சந்திரகாந்தை திரைப்படமாக எடுப்பதை) ஏவிஎம் செட்டியாரிடம் நான் சொல்கிறேன். என்ன சொல்றார்ன்னு பார்ப்போம். அவர் எடுத்தா நல்லாயிருக்கும் என்றார்.

நாகேஷ் போய் பாலசந்தர் பார்க்க விரும்புறாருன்னு ஒரு ‘அப்பாய்ன்ட்மெண்ட்’ கேட்கிறார். நேரம் கொடுக்கப்படுகிறது.

ஏவிஎம் அவர்கள் பாலசந்தரின் நாடகங்கள், திரைப்படங்கள் பார்த்திருக்கிறார். மேலும், நீர்க்குமிழி பார்த்துவிட்டு கடிதம் வேறு எழுதியிருந்தார்.

போனார்... பார்த்தார்... சென்னார், ‘சார் நான் ஆபிஸ்க்கு லீவு போட்டு நாலு வருஷம் ஆயிடுச்சி. ஒண்ணு இரண்டு படம் வந்திருக்கு... எனக்கு இப்ப கொஞ்சம் பயமா இருக்கு. நான் தொடர்ந்து சினிமாவிலேயே இருக்கப் போகிறேனா? இல்லை ஆபிஸ் திரும்ப போகணுமா? எனக்கு நிச்சயமாத் தெரியலை! அமைதியாகக் கேட்டுக்கொண்ட ஏ.வி. மெய்யப்ப செட்டியார், “நீங்க ஒண்ணும் கவலைப்படாதீங்க... *You are bound to become a big Director*” (நீங்கள் நிச்சயம் ஒரு பெரிய இயக்குநராக வந்தே தீருவீர்கள்) என்றார்.

“இல்லே... சார்...”

“அப்ப ஒண்ணு பண்ணுவோம். நாம ஒரு 3 வருஷத்துக்கு ஒப்பந்தம் போட்டுக்குவோம். நீங்க, நாங்க தயாரிக்கிற படங்களை டைரக்ட் பண்ணுங்க... ஆனா, காண்டிராக்ட் டயத்துல வெளியாட்களுக்கு படம் செய்யக்கூடாது”

பாலசந்தர் இதை எதிர்பார்க்கவில்லை. நல்ல நிச்சயமான சந்தர்ப்பம் தான். பெரிய நிறுவனம். 3 வருஷம் சினிமா நிச்சயம்.

“சார்.. நான் யோசிச்சு சொல்றேன் சார்...”

“இதுல என்ன யோசிக்க இருக்கு”.

‘டயம்’’ வாங்கிக்கொண்டு வந்துவிட்டார். நாகேஷ் முதலியவர்கள் இதிலென்ன ஒப்பந்தம் கோட்டுக்கொள் என்றார்கள். ஆனால், பாலசந்தருக்கு சுதந்திரம் முக்கியமாய்ப் பட்டது. 3 வருஷம் மாட்டிக் கொள்ள விருப்பமில்லை.

ஏவிஎம் கொடுத்த மதிப்பு

மறுபடியும் ஏவிஎம் அவர்களைச் சந்தித்தார். மிகவும் பணிவாய், ‘மன்னிக்கனும்... ஒப்பந்தம் பற்றி யோசித்துப் பார்த்தேன். நீங்க எனக்காக தயவு செசய்து மேஜர் சந்திரகாந்தை மட்டும் தயாரிக்க வேண்டும்’ என்று தாழ்மையாகக் கேட்டுக் கொண்டார்.

பாலசந்தர் மீதிருந்த நம்பிக்கை மற்றும் மதிப்பு காரணமாய் ஏவிஎம் சரி பண்ணுவோம் என்றார். உடன் என்ன திரைக்கதை... ஸ்கிரீன்பிளே எங்கே என்றார்.

எனக்கு ஒரு வாரம் ‘டைம்’ குடுங்க. தயார் செய்து எடுத்துக் கொண்டு வருகிறேன். அப்படியா, சரி. நான் பெங்களூர் போகிறேன். அங்குதான் ஒரு வாரம் இருப்பேன். நீங்க ரெடி செய்துட்டு அங்க வாங்க. அப்பறம் அந்த நாடகத்துல லேடி கேரக்டர் இல்ல... படத்தில வேணும்.. அதையும் சேர்த்து எழுதுங்க.

நானும் அதையேதான் சார் நினைச்சேன். சேர்த்துத்தான் எழுதுறேன்.

செட்டியார் ஒண்ணு நினைத்துவிட்டால், மளமளவென்று காரியங்கள் நடக்கும். போகவர டிக்கெட் மற்ற வசதிகளுக்கு உடன் ஏற்பாடு செய்தார். பாலசந்தரும் இரவு பகலாய் உட்கார்ந்து நாடக கதையை திரைக்கதையாக்கினார். முடிந்தது, பெங்களூர் பறந்தார்.

கதை சொன்னார்

பாலசந்தரைப் பார்த்ததும், வந்துட்டீங்கா சரி, வெரிகுட்... டிபன் சாப்பிடுங்க... பேசுவோம் என்றார். காலை மணி பத்தரை. செட்டியாரின் தனியறை, செட்டியாரும், பாலசந்தரும் மட்டும் உட்கார்ந்திருந்தார்கள்.

முழுத் திரைக்கதையையும் பாலசந்தர், எந்த பேப்பரையும் பார்க்காமல் காட்சிவாரியாக சொல்கிறார். அவரும் எந்த குறுக்கீடும் செய்யாமல் முழுதும் உன்னிப்பாய்க் கேட்கிறார். எல்லாம் கதாபாத்திரங்கள் பெயர் சொல்லித்தான் சொன்னார். ஏவிஎம் செட்டியாருக்கு கதை பிடித்துப் போயிற்று.

"ம்... சரி பண்ணலாம்... யார் யாரைப் போடலாம்?"

நாகேஷைப் போடலாம், மேஜர் கேரக்டருக்கு சுந்தர்ராஜனைப் போட்டுக்கலாம்... நல்லாப் பண்றார்...

"சரி சார்..."

"அந்த லேடி கேரக்டருக்கு யாரைப் போடலாம்கிறீங்க?" செட்டியார் கேட்கிறார்.

பின்பு அவரே சொல்கிறார். "வெண்ணிற ஆடை பார்த்தீங்களா?"

"ம்.. பார்த்தேன் சார்..."

"அந்த பொண்ணு ஜெயலலிதா எப்படி?"

"நல்லாயிருக்காங்க சார்..."

"அப்படியா சரி. அவங்களையே போட்டுக்கலாம். அவங்களுக்கு நல்ல வேல்யூ இருக்கு" என்றார்.

இதுவரை இருவருக்கும் ஒத்து வருகிறது. அடுத்தது இசை. திரைப்பட இசைக்கு விஸ்வநாதன் – ராமமூர்த்தியைப் போட்டுக் கொள்ளலாம் என்கிறார் ஏவிஎம். பாலும், பழமும் போன்ற திரைப்படங்கள் வெளிவந்து உச்சத்தில் இருந்த இசையமைப்பாளர்கள் அவர்கள். "அவர்களைப் போட்டுக் கொண்டால் படம் கமர்ஷியலாக பலமாயிடும்" என்கிறார் அவர் ஒரு தயாரிப்பாளராய்.

இங்குதான் பாலசந்தரின் பல குணாதிசயங்கள் வெளிப்படுகின்றன. 'இல்ல சார்... என் கூட இருக்கிற வி. குமாரையேப் போட்டுக்கலாம்' என்கிறார். ஆரம்பத்திலிருந்தே தன் நாடகங்களுக்கெல்லாம் அவர்தான் போடுறார். அது தவிர, அவர்தான் மேஜர் சந்திரகாந்த் நாடகத்துக்கும் போட்டார் என்கிறார்.

ஒன்று, தன்னுடன் இருந்தவருக்கு வாய்ப்பு கேட்பது, மற்றொன்று அவ்வளவு பெரிய மனிதர் ஒத்து வந்து தான் சொல்லிய படத்தை எடுக்கும்பொழுது கூட, அவரிடம் தன் எண்ணத்தை தைரியமாகச் சொல்வது. இரண்டும் பாலசந்தரிடம் அப்பொழுதே இருந்தது.

அதேபோல ஏவிஎம் அவர்களின் பெருந்தன்மையும் இங்கு வெளிப்படுகிறது. பாலசந்தர் சொல்வதற்கு வரி என்று சொல்லிவிடுகிறார்.

அடுத்து, சரி எப்ப ரிலீஸ் என்ற கேள்வி வருகிறது. 'எப்ப தீபாவளி?' என்கிறார். இன்னும் நாலு மாதத்தில். அப்படியா சரி, அப்ப ரிலீஸ் என்று ஏவிஎம் முடிவு செய்கிறார். அவரிடம் அந்த பழக்கம் உண்டு. ரிலீஸ் தேதியை முடிவு செய்துவிடுவார்கள். அதேபோல கடகடவென்று வேலை செய்து வாங்கி குறிப்பிட்ட தேதிக்கு ரிலீஸ்தான்.

சரி, இந்தப்படம் தீபாவளிக்கு ரிலீஸ் பண்றோம். மெட்ராஸ் வந்திடுங்க என்கிறார்.

மேஜர் சந்திரகாந்த் சூட்டிங்

ஏவிஎம் ஸ்டுடியோவில் மேஜரின் வீடு ஃபுல் செட் போட்டு விட்டார்கள். வழக்கத்துக்கு மாறாக, பாலசந்தருக்கு முழு சுதந்திரம்

கொடுத்துவிட்டார்கள். 'மியூசிக் சிட்டிங்'க்கு மட்டும் தன் மகன் குமரனை அனுப்புவார். குமரன் அவர்களுக்கு டியூன் தேர்வு செய்வதில் நல்ல திறமையுண்டு. அதை செட்டியார் மிகவும் நம்பினார்கள். அந்தப் படத்தில் 'ஒருநாள் யாரோ...', 'கல்யான சாப்பாடு போடவா' என்று பல பாடல்கள் சிறப்பாக அமைந்தன. சூட்டிங் நடக்கத் தொடங்கியது.

'ஜெமினி'யில் படம் செய்யும் வாய்ப்பு

வந்தால் எல்லாம் ஒன்றாய் வரும் என்பதுபோல ஏவிஎம் என்ற மாபெரும் நிறுவனத்திற்கு படம் செய்யத் தொடங்கியதும் மற்றொரு பெரிய வாய்ப்பும் வந்தது.

ஜூப்பிடர் பிக்சர்ஸ் நிறுவனரின் மகன் மனோகர் பிக்சர்ஸ் என்று ஒரு நிறுவனம் நடத்தி வந்தார். அவர் ஜெமினி வாசன் அவர்களிடம் யாரை வைத்துப் படம் செய்யலாம் என்று ஆலோசனை கேட்க, ஜெமினியில் பாலசந்தர் பெயரைச் சொல்லியிருப்பார்கள் போல.

அவர்கள் பாலசந்தரை அழைந்து ஒரு கதைக்கான சிறு யோசனையைக் கூறி, அதை விரிவுபடுத்தி, கதை வசனம் எழுதி இயக்கித் தாருங்கள் என்று சொல்லியிருக்கிறார்கள்.

அதுதான் பாமா விஜயம் திரைப்படம். பாலசந்தர் அந்த கதையை டெவலப் செய்து எடுத்துக் கொண்டுபோய் வாசன் அவர்களிடம் சொல்ல ஒப்புதல் வாங்க வேண்டும்.

வாசனும் ஒரு மாமேதை. ஜாம்பவான். ஆக அதுவும் ஒரு மிக முக்கியமான வேலையாகிவிட்டது. அதை பாலசந்தர் ஒரு மிகச்சிறந்த நகைகச்சுவை கதையாக ஆக்கியிருந்தார். கதை சொன்னார், ஜெமினி வாசனுக்கு மிகவும் பிடித்துவிட, ஓ.கே. ஆகிவிட்டது.

இங்கே 15 நாள், அங்கே 15 நாள்

ஒன்றிரண்டு மாதங்களில் பாலசந்தரின் நிலைமையில் எவ்வளவு பெரிய மாற்றம்! ஏவிஎம் செட்டியார் அவர்களிடம் தனக்கு ஜெமினி பேனரில் பாமா விஜயம் திரைப்பட வாய்ப்பு வந்திருப்பதைச்

கே.பாலசந்தர் - வேலை ✸ டிராமா ✸ சினிமா

சொன்னார். 'அப்படியா, சந்தோஷம். இங்க 15 நாள் நல்லா கான்சண்ட்ரேட் பண்ணி வேலை செய்யுங்கள்' என்றார்.

மாதத்தின் 15 நாள் ஏவிஎம்மில், மேஜர் சந்திரகாந்த். அடுத்த 15 நாள், ஜுபிடர் ஸ்டுடியோவில் (தற்போதைய சத்யபாமா கல்லூரி) பாமா விஜயம்.

மேஜர் சந்திரகாந்த் திரைக்கதை, வசனம் எல்லாம் தயாராக இருந்தது. பாமா விஜயத்திற்கு திரைக்கதை தயார். ஆனால், வசனம் எழுதப்பட்டிருக்கவில்லை. படப்பிடிப்பு தினங்களன்று, தினமும் விடிகாலையில் எழுந்து அன்றைக்குத் தேவையான வசனங்களை எழுத வேண்டியிருந்தது. ஆனால், எதுவுமே அவருக்கு சிரமமாகத் தெரியவில்லை. இதற்குத்தானே ஆசைப்பட்டார் பாலசந்தர்.

ஒரு பக்கம் விஸ்வநாதன்

அதேபோல மேஜர் சந்திரகாந்துக்காக, வி.குமார் மற்றும் குமரனுடன் இசையமைப்பில் மெட்டமைப்பில் அமர்தல். இன்னொரு பக்கம் எம்.எஸ்.விஸ்வநாதனுடன் பாமா விஜயத்திற்காக அமர்தல் என்று ஏக 'பிசி'தான்.

மேஜர் சந்திரகாந்த் கதை மிகவும் சீரியசான கதை. பாமா விஜயமோ மிகவும் லகுவான கதையோட்டம். அதற்கு முயன்று எழுதி, இதற்கு வெகு சுலபமாக எழுதி... மிகவும் வித்தியாசமான அனுபவமாக இருந்திருக்கிறது.

இரண்டு படங்களில் ஒரு சேர வேலை செய்தாலும், ஏவிஎம் இடத்தில் பாலசந்தருக்கு கொஞ்சம் கூடுதல் பயம் இருந்திருக்கிறது.

'என்னடா, படம் கேட்டான், குடுத்தோம். இப்ப இன்னொரு படம் கிடைச்சதும்... விட்டுவிட்டு அங்க போயிட்டானே' என்று மட்டும் செட்டியார் நினைத்துவிடக்கூடாது என்பதில் மிக கவனமாக இருந்திருக்கிறார்.

தங்களுக்கு யார், படம் இயக்கினாலும், இடையில் இடையில் ‘ரஷ்’ பார்த்து திருத்தங்கள் சொல்லும் செட்டியார், தன்னுடைய மேஜர் சந்திரகாந்த்தைப் பார்த்து ஏதும் சொல்லவில்லையே என்று உள்ளூர பாலசந்தர் பயந்திருக்கிறார்.

செட்டியார் எப்பொழுது வேண்டுமானாலும், நம்மை அழைக்கக்கூடும். அந்த சமயம், நம்மைத் தேடிவிட்டு யாராவது ‘பாலசந்தரா? அவர் அங்க வேற படம் பண்ணிக்கிட்டு இருக்கார்’ என்று சொல்லிவிடக்கூடாது என்று நினைத்தார்.

அதற்காகவே செட்டியாரின் மேலாளர் திரு. அய்யர் அவர்களிடம் செட்டியார் எப்ப என்னைத் தேடினாலும் சொல்லியனுப்புங்க, உடனே வந்து விடுகிறேன் என்று சொல்லி வைத்திருந்தார்.

செட்டியார் ரஷ் பார்த்தார்

இப்படியே போய்க் கொண்டிருந்த பொழுது, ஒருநாள் அனைவரும் பேசிக் கொண்டார்கள். “செட்டியார் மேஜர் சந்திரகாந்த் ரஷ் பார்க்கிறார்.”

‘ரஷ்’ பார்க்கிறார் சார்... “செட்டியார் படத்தோட ரஷ் பார்க்கிறார்...” என்பதையே ஒரு பயமுறுத்தலாக பாலசந்தரிடம் சொன்னார்கள்.

சினிமா பற்றி செட்டியாருக்கு மிக நுணுக்கமாகத் தெரியும். அவருடைய கணிப்புகள் மிகச் சரியாக இருக்கும். படம் பார்த்தால், அதில் ஒரு காட்சியில் ஒருவர் நடந்து போனதும், மாற வேண்டிய காட்சி 2 பிரேம் அதிகமாக ஓடுகிறது என்கிற அளவு சரியாக சொல்லக்கூடியவர்.

இரண்டு பிரேம் அதிகமாயிருக்கிறது என்பதைக் கண்டுபிடிப்பது என்பது சாதாரணக் காரியமல்ல. ஒரு நிமிடத்திற்கு 60 செகண்ட், அதில் ஒரு செகண்ட் நேரத்தில் 24 பிரேம்கள் வேகமாக நகரும் போதுதான் மூவி ஆக திரைப்படம் நமக்குத் தெரியும்.

ஒரு செகண்ட்டில் 24-ல் ஒரு பகுதியை சரியாகச் சொல்பவரை என்னவென்று சொல்வது. (அதே போன்ற திறமை இயக்குநர்

பாலசந்தருக்கும் வந்து விட்டது) ஏவிஎம் பேனரில் எடுத்த படங்கள் எல்லாம் எவர் நடித்திருந்தாலும், அந்த பேனர் மூலமாகவே வட இந்தியாவில் கூட அறியப்பட்டிருந்தது.

செட்டியார் தனியாக ரஷ் பார்த்தார். அந்தக்காலப் படமென்பதால் படத்தில் ஆடியோவும் உண்டு. சூட்டிங்கின்போதே ஆடியோ எடுத்துவிடுவார்கள். எடிட்டிங் மட்டும் ஆகியிருக்கவில்லை.

படம் முழுவதையம் ஒரு பார்வையிலேயே மனதுக்குள் பல கோணங்களிலிருந்தும் அலசி விடுவார்.

படம் பற்றிய கருத்து

படம் பார்த்து முடிந்ததும், கூப்பிட்டு அனுப்பினார். சிறிது நேரத்துக்குப் பிறகு, 'படம் நல்லா வந்திருக்கு.. ஓகே... ஹீரோயினுக்கு மட்டும் ஒரு பல்லு சரியாயில்ல. அது மட்டும் க்ளோசப்ல வேற எடுத்திடு.

"சரி சார்..."

"அது தவிர ஒரு சஜஷன்"

"சொல்லுங்க சார்?"

அண்ணன் காலில் விழுற மாதிரி ஒரு காட்சி இருக்கு. ஓகே... அப்ப அண்ணன் கால்ல ஒரு சொட்டு கண்ணீர் விழுற மாதிரி எடுத்திடு..."

பாலசந்தருக்கு அப்பாடா என்றிருந்தது. படம் பார்த:துவிட்டு எதுவுமே சொல்லாமல் விட்டுவிட்டார் என்றால் எப்படி? சில இயக்குநர்களை பல காட்சிகளை திரும்பத் திரும்ப, தனக்குத் திருப்தி வரும்வரை எடுக்கச் சொன்னவராயிற்றே!

இந்தப் படம் எடுத்ததற்காக பெருமைப்படுகிறேன்

படத்தைத் திட்டமிட்டபடி தீபாவளிக்கு ரிலீஸ் செய்ய ஏற்பாடுகள் செய்து விட்டார். தியேட்டர்களையும் முடிவு செய்துவிட்டார்.

விநியோகம் எல்லாம் அவர் சொல்லும்படிதான். 'நீ இந்த ஏரியாவை வைத்துக்கொள், நீ அந்த ஏரியாவை வைத்துக்கொள்' என்று அவர் சொன்னால் போதும் முடிந்து போயிற்று. அவ்வளவு செல்வாக்கு இருந்தது. ஒரு சொட்டு கண்ணீர் விழுவது மாதிரி சேர்த்து எடுத்தாயிற்று. எல்லாம் முடிந்தது. 'பர்ஸ்ட் காப்பி' பார்த்திடலாமா? என்றார் ஏவிஎம். பார்த்தார்.

இருவரும் உட்கார்ந்திருக்கிறார்கள். பாலசந்தரைப் பார்த்து ஏவிஎம் கேட்டார். "என்ன சார், படத்தைப் பற்றி என்ன நினைக்கிறீங்க?"

திகைத்துப் போய்விட்டார் பாலசந்தர். எவ்வளவு பெரிய ஜாம்பவான் ஏவிஎம், "நான் என்ன சார் நினைக்கிறது? நீங்க என்ன நினைக்கிறீங்க?"-பாலசந்தர் கேட்டார்.

சற்று நேர அமைதிக்குப் பிறகு, நிதானமாகச் சொன்னார், ஏவிஎம். "படம் நல்லா வந்திருக்கு. I am very much satisfied. இந்தப் படத்தை எடுத்ததுக்காக நான் பெருமைப்படுகிறேன்."

இந்த வார்த்தைகளை அப்படிப்பட்ட ஒரு திரையுலக ஜாம்பவானிடமிருந்து கேட்டதும், பாலசந்தருக்கு புல்லரித்துப் போய்விட்டது. இதுபோல செட்டியார் வாயிலிருந்து வார்த்தைகள் வந்து எவரும் கேட்டதில்லை.

"இந்தப் படம் கமர்ஷியலா போகுமா, போகாதான்னு நான் கவலைப்படலை. இது எனக்கு பேர் குடுக்கப்போற படம்..."

அவர் சொன்ன இதே விஷயத்தை பின்பு படம் வெளியான பின்பு குமுதமும் எழுதியது. 'இது ஆசைக்காக எடுக்கப்பட்ட படம். காசுக்காக அல்ல' என்று எஸ்.பாலசந்தரை வைத்துப் படமெடுத்த நிறுவனத்தில் நாமும் ஒரு படமும் செய்துவிட்டோம் என்ற திருப்தியும், பெருமையும் பாலசந்தருக்கு.

ஜெயலலிதா

ஒரு காட்சியில் ஜெயலலிதா, 'இனிமேல் தவறு செய்யமாட்டேன்' என்று ஒரு அட்டையில் எழுதி வைத்திருப்பது இறந்துபோன

அவர்களை புரட்டியதும் தெரியும். அந்தக் காட்சியை செட்டியார் மிகவும் ரசித்தார். கதை சொல்லியபொழுதே அவர் ரசித்த காட்சி இது.

மேஜர் சந்திரகாந்திற்கு முன் ஜெயலலிதா நடித்து வெளிவந்திருந்த ஒதே படம் வெண்ணிற ஆடை. மேஜர் சந்திரகாந்தில் நடிக்கயிலேயே, எம்ஜிஆர் அவர்களின் ஆயிரத்தில் ஒருவனில் நடிக்க ஒப்பந்தம் செய்யப்பட்டு விட்டார்.

ஜெயலலிதா அவர்களும் நாடகங்களில் இருந்து வந்தவராதலால், பாலசந்தர் அவர்களை பற்றி தெரிந்து வைத்திருந்தார். மிகுந்த மரியாதை காட்டினார். டைரக்டர்தான் படத்தில் ‘சுப்ரீம்’ என்று எண்ணியவர், நுணுக்கமாக செய்யும் திறமை படைத்தவர். சொன்னதைச் செய்து விடுவார்கள்.

படப்பிடிப்பில் கலந்து கொள்வார். தனக்கு காட்சிகள் இல்லாபோது ஏதாவது ஒரு ஆங்கில புத்தகத்தை படிக்கத் தொடங்கிவிடுவார். வம்புதும்பு, அரட்டை எதுவுமே கிடையாது.

படம் ரிலீஸ்

சொன்னதுபோல மேஜர் சந்திரகாந்த் ஒரு தீபாவளிக்கு ரிலீஸ் ஆனது. மௌண்ட் ரோடு வெலிங்டனில் ஏவிஎம் படங்கள் அதில் ரிலீஸ் ஆகும். படம் மிகப்பெரிய சக்சஸ். எழுபது நாட்களுக்கும் மேலாக ஓடியது.

பாலசந்தரின் இந்தப் படமும் ஒரு இயக்குநரின் படமாகவே அடையாளம் காணப்பட்டது. இந்தப் படத்தில் மேஜர் சுந்தர்ராஜனுக்கு மிகப்பெரிய பெயர் கிடைத்தது.

குமுதம் விமர்சனத்தில், தமிழ் திரையுலகிற்கு ஒரு நல்ல அப்பா கிடைத்து விட்டார். இனி ஒரு 1000 படங்களில் இவரை அப்பாவாகப் பார்க்கலாம் என்று எழுதினார் எஸ்.ஏ.பி. அதேபோல, அவருக்கு நிறைய பட வாய்ப்புகள் வந்தன.

இந்தப் படத்தினால் இசையமைப்பாளர் வி. குமாருக்கும் மிக நல்லபெயர். அதன் பின் அவருக்கு தொடர் வெற்றிதான்.

பாமா விஜயமும் ரிலீஸ்

மேஜர் சந்திரகாந்த் வெளியாகி கொஞ்ச நாட்களிலேயே பாமா விஜயமும் ரிலீஸ் ஆனது. சென்னையில் தற்பொழுது 'ஜெயப்பிரதா'வாக இருக்கும் முன்னாள் மிட்லேண்ட் தியேட்டரில் ரிலீஸ்.

பாமா விஜயம் திரையிடப்பட்ட தினத்திலிருந்து அது எடுக்கப்படும் வரை தினம் தினம், காட்சிக்குக் காட்சி 'ஹவுஸ் புல்' தான். அது ஒரு சாதனையானது. 90 நாட்கள் ஓடியது. வேறு ஒரு படம் ஏற்கனவே வெளியிட ஒப்பந்தம் ஆகியிருந்ததால் பாமா விஜயம் எடுக்கப்பட்டது.

அந்தப் படத்திற்கு மிகப்பெரிய பாராட்டு கிடைத்தது. பாலசந்தரால் நம்பக்கூட முடியவில்லை. தான் சாதாரணமாக மண்டையை அதிகம் உடைத்துக் கொள்ளாமல் காமெடியாக எடுத்த ஒரு படம் இவ்வளவு தூரம் பாராட்டும், புகழும் பெற்றுத் தந்திருக்கிறதே என்று.

படத்தில் எல்லாம் பெரிய நட்சத்திரங்கள். இசையமைப்பாளர்கள் விஸ்வநாதன் ராமமூர்த்தி உட்பட.

அற்புதமான நடிகரான பாலையா அவர்கள் அப்பொழுது பாலசந்தரிடம் சொன்னார்கள். "நான் இரண்டு பெரிய டைரக்டர்களிடம் நடிக்கணும் என்று நினைத்தேன். இரண்டும் நிறைவேறிடுச்சி. ஒண்ணு ஸ்ரீதர் (காதலிக்க நேரமில்லை) இரண்டாவது நீங்க. அதுவும் பாமா விஜயத்தில் நடித்ததன் மூலமாக நிறைவேறிடுச்சி".

பாமா விஜயம் மிகச் சிறப்பாக போனதால், ஜெமினியே அதன் தெலுங்கு மற்றும் இந்தி உரிமைகளை பாலசந்தரிடமிருந்து வாங்கிக் கொண்டார்கள்.

இரண்டுக்கும் விருது

ஒன்று தீபாவளிக்கும், மற்றொன்று அடுத்த ஆண்டில் வந்ததாலும், இரண்டு ஆண்டுகளின் தேர்வுகளிலும், தனித்தனியாக கலந்து கொண்டு பாலசந்தருக்கு இரண்டு படங்களுமே பெஸ்ட் டைரக்டர் விருதுகள் பெற்றுத் தந்தன.

(முற்றும்)

பின்னுரை

என்ன இது! திடீரென்று முற்றும் போடப்பட்டிருக்கிறதே!! சுவாரஸ்யமாகப் போய்கொண்டிருந்த வரலாறு திடீரென்று நின்றுவிட்டதே என்று தோன்றுகிறதா?

எனக்கு அப்படித் தோன்றவில்லை.

ஆமாம். அப்போது 2004ல் எனக்கு அப்படித் தோன்றவில்லை. காரணம், இன்றைக்கு இந்தப் பகுதி வரை நம்மிடம் பேசியிருக்கிறார், மேலும் தொடர்ந்து பேசுவார் என்றுதான் நினைத்திருந்தேன்.

உடல்நலமில்லை என்பதால் படம் எடுக்காமல் வீட்டில் ஓய்வில் இருந்த போது 2004ம் ஆண்டு குடும்பத்தார் கட்டாயத்திற்காக அவர் ஆரம்பித்த வேலைதான் இந்த 'தன் வரலாறு' பற்றி புத்தகம் எழுதுவது. நம் அதிர்ஷ்டம் ஓரளவு சொல்லிவிட்டார். ஆனால் இடையில் உடல்நலம் மேம்பட்டு, அடுத்த படமான 'பொய்'க்குத் தயாராகி கிளம்பிவிட்டார். இது நின்றுவிட்டது.

அவரால் படம் பண்ணாமல் சும்மா இருக்க முடியுமா? திரைப்படம் எடுப்பதை விட்டு விட்டு, நடந்த கதைகளையா அவர் பேசிக்கொண்டிருப்பார்! அப்படித்தான் நின்றுபோனது அவர் சொல்லிய தன் வரலாறு.

அவர் சொல்லியிருப்பது பாமா விஜயம் படம் வரைதான். பாமாவிஜயம் வந்தது 1967ல். அவர் இறக்கும் வரை திரைத் துறையில் இயங்கிக்கொண்டேயிருந்தார் என்பது வெளிப்படை. கடைசியாக அவர் செய்தது கமலஹாசன் அவர்கள் இயக்கிய படமான உத்தம வில்லனில் இயக்குநராகவே நடித்தது. ஆண்டு 2014.

1967-க்குப் பிறகுதான் மற்றவை எல்லாம். மரோசரித்திரா, அரங்கேற்றம், இருகோடுகள், அவள் ஒரு தொடர்கதை, அவர்கள், புன்னகை, மூன்று முடிச்சு, சொல்லத்தான் நினைக்கிறேன், நான் அவனில்லை, தப்புத் தாளங்கள், அக்னிசாட்சி, தண்ணீர் தண்ணீர், வறுமையின் நிறம் சிவப்பு, தில்லுமுல்லு, புன்னகை மன்னன், நினைத்தாலே இனிக்கும், சிந்து பைரவி, உன்னால் முடியும் தம்பி, புதுப்புது அர்த்தங்கள், கல்யாண அகதிகள், கல்கி, பார்த்தாலே பரவசம் எல்லாம்.

தவிர ரயில் சினேகம், கையளவு மனசு, பிரேமி, சஹானா...போன்ற அவரது சின்னத்திரை பிரவேசமும் பின்னால்தான். கலைமாமணி, பத்மஸ்ரீ, தாதாசாகிப் பால்கே விருது ANR நேஷனல் அவார்ட் போன்ற விருதுகள் பெற்றதும் பிறகுதான்.

தன்னுடைய பிறப்பு முதல் முக்கியமான பலவற்றைப் பற்றியும் தொடர்ச்சியாக சொல்லிக்கொண்டே வந்தவர், ‘பொய்’ பட வேலைகளில் ஈடுபட்டு, அதன் காரணமாக என்னுடனான சந்திப்புகளுக்கு, அவரது சுயசரிதம் எழுதும் வேலைக்கு நேரம் இல்லாமல் விட்டுவிட்டார்.

அதன்பின் அது நேரவேயில்லை. அதனால் இவ்வளவுதான் கிடைத்தது.

அவர் சொல்லியிருப்பது கொஞ்சம், சொல்லாமல் விட்டுவிட்டது ஏராளம். 1930 முதல் 1967 வரை, முப்பத்து ஏழு ஆண்டுகளுக்கானது இதில் இருக்கிறது. 67 முதல் 2014 வரையிலான நாற்பத்து ஆண்டுகளுக்கானது இதில் இல்லை. ஆனால் இந்தப் புத்தகத்தில் இருப்பவை எல்லாம் அவரே சொல்லியவை. இருப்பவற்றில் பல அவர் வேறு எங்கும் சொல்லாதவை. யோசித்து யோசித்துச் சொல்லியவை. அவர் சொல்லியதை நான் அவரிடம் எழுதிக் காட்டியவை. அந்த விதத்தில் இது ஒரு அவசியமான பதிவு என்று நினைக்கிறேன்.

- சோம.வள்ளியப்பன்

இயக்குநர் கே.பி. பல்வேறு பேட்டிகளில் சொல்லியவை. அவர் கொடுத்த கோப்புகளில் இருந்து. கால வரிசைபடி அல்ல.

ஒரு இயக்குநராக...

"வி.சாந்தாராம், பி.என். ரெட்டி போன்ற இயக்குநர்களின் படங்களை சிறுவயதில் நான் அவர்களுடைய இயக்கத்துக்காகவே பார்ப்பது உண்டு."

"மிருணாள்சென், ஷியாம் பெனகல் போன்ற இயக்குநர்கள் என்னை பாதிக்கவில்லை."

"ஒரு இயக்குநராக நான் எவ்வளவு படங்களைப் பார்க்க முடியுமோ அவ்வளவு படங்களைப் பார்க்கிறேன். மற்றவர்களுடைய படங்களைப் பார்க்க மாட்டேன் என்று இருப்பவர்களுக்கு என்னுடைய சின்சியரான அட்வைஸ் என்னவென்றால், உங்கள் கம்ப்ளெக்ஸ்- அது சுப்பீரியரோ இன்பீரியரோ- விட்டுவிட்டு மற்றவர் படங்களைப் பார்த்து, அவர்கள் செய்த பரிசோதனைகளின் அனுபவத்தைப் பெறுங்கள்."

"வெட்டரன் இயக்குநர் சாந்தாராம், சிம்பாலிசம் உட்பட பல சினிமா டெக்னிக்குகளுக்கு எனக்கு பெரிய இன்ஸ்பிரேஷனாக இருந்தார்."

"திரைப்படத்தில் இயக்குநரின் பங்கு தனித்தன்மை பெற்றது. It has its privileges and penalties."

படம் எடுக்கும் போது...

"நான் படப்பிடிப்பு தளங்களில் ஷார்ட் டெம்பெர்ட் ஆக இருக்கலாம். அதற்கு காரணம் அந்தக் காட்சியும் படமும் நன்றாக வரவேண்டும் என்ற அதீத ஈடுபாடுதான். அதே ஈடுபாட்டை நான் என் குழுவில் இருக்கும் ஒவ்வொருவரிடமும் எதிர்பார்க்கிறேன்."

"நான் கடைசி நேரம் வரை காட்சிகளில் மாற்றம் செய்வதில் நம்பிக்கை உள்ளவன். அந்த இம்ப்ரோவிஷேஷன் தேவைதான். நான் என் கற்பனையின் கதவுகளை மூட விரும்பவில்லை."

"நான் ஒரு விஷயத்தை ஒரு தடவை யோசிப்பதில்லை. ஒன்பது தடவையும் யோசிப்பதில்லை. நூறு தடவைக்கும்மேலே யோசிப்பேன். இந்த முடிவை என்னால் எதற்காகவும் மாற்ற முடியாது என்ற நிலைக்கு வந்து நிற்பேன். பிறரிடம் சொல்வேன். என்ன ரியாக்‌ஷன் வந்தாலும் மாற மாட்டேன்."

இயக்குநர் குறித்து...

"ஒரு படத்தின் டைரக்ட்டர் அமைதியாக இருக்க வேண்டும். டைட்டில் கார்டில் சைலென்ஸ்"

"டைரக்ஷன் துறையில் எப்போதுமே நான் ஒரு மாணவன்தான்."

அவரது திரைப்படங்கள் குறித்து...

"தாமரை நெஞ்சம், ஸ்ரீதரின் கல்யாணப்பரிசு பாதிப்பால் வந்தது."

"சுவை குன்றாமலும், எடுத்துக்கொள்ளப்படும் விஷயம் ஆணி அடித்தாற்போலும் சொல்லப்படுகிறபோது, திரைப்படங்களுக்கு என்று பெரிய கதையோ, அல்லது உள்ளத்தைத் தொடுகின்ற கதையோ, கண்ணீரை வரவழைக்கும் சோகக் கதையோ பெருமளவில் தேவையில்லை என்ற படிப்பினையை பாமா விஜயத்தின் வெற்றி எனக்குத் தந்தது."

"புன்னகை தந்த பாடம், ரசிகப்பெருமக்களை மேலும் புரிந்துகொள். தொடர்ந்து கற்றுக்கொண்டேதான் இருக்கவேண்டும், அவர்களை நூறு சதவிகிதம் புரிந்துகொள்ளும் வரை."

"புன்னகை ஆத்ம திருப்தி. விரும்பியதும் அதைத்தான்."

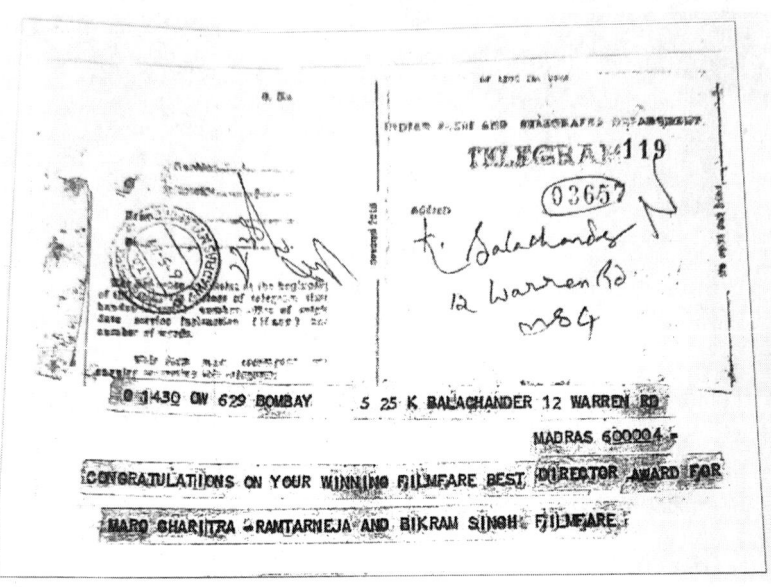

TELEGRAM 119

03657

K. Balachander
12 Warren Rd
MS4

0 1430 GW 629 BOMBAY 5 25 K BALACHANDER 12 WARREN RD
MADRAS 600004 =
CONGRATULATIONS ON YOUR WINNING FILMFARE BEST DIRECTOR AWARD FOR
MARO CHARITRA =RAMTARNEJA AND BIKRAM SINGH FILMFARE

“மரோசரித்திராவை நான் தெலுங்கில் எடுத்தற்கு காரணம், *I am a fraid to say this, I am afraid of this Tamil audience.* அவர்கள், மன்மதலீலை எல்லாம் தமிழில் பெயிலியர். தெலுங்கு டப்பிங் வெற்றி. அதனால் நம்பிக்கை.”

“அபூர்வராகங்கள் கதையை நான் காப்பி அடித்தேன். விக்ரமாதித்தன் கதையில் உள்ள ஒரு சின்ன பிட் தான் கதைக் கரு. பார்முலா என்ற வார்த்தைகள் என் கதையில் இருப்பதில்லை.”

“அக்னி சாட்சியை நான் இன்னும் பத்து வருடம் கழித்து எடுத்திருக்கவேண்டும்.”

“கிளைமேக்ஸ் இல்லாமல் ஒரு படத்தை எடுக்க பயந்தேன். வறுமையின் நிறம் சிவப்பில்தான் அதைச் செய்தேன்.”

“அபூர்வராகங்கள் நான் காம்ப்ரமைஸ் ஏதும் செய்யாத படம்.”

திரைப்பட விமரிசனங்கள் மற்றும் விமர்சகர்கள் குறித்து...

"ஒரு படம் ஏன் தோல்வி அடைகிறது? We can only come to an inference, but not a decision. The inference is not always right or always wrong."

"படம் தோல்வி அடைந்ததும் ரசிகர்களின் மீது கோபம் வருவது இயற்கைதான். ஆனால் கொஞ்சம் சிந்தித்துப் பார்த்தால், தவறு அவர்களுடையது அல்ல. நம்முடையதுதான் என்று விளங்கும். என்னுடைய படங்களின் வெற்றிக்கும் தோல்விக்கும் நானேதான் முழுப் பொறுப்பாளி."

"Critics are not intermediaries. They are inter link between film makers and the film goers. படத்தின் நிறைகுறைகளை சுட்டிக் காட்ட அவர்களுக்கு உரிமை உள்ளது."

"என் கோபம் எனக்கு களைப்பைத் தராது. ஏன்னா கன்வின்ஸ் ஆகாம நான் கோவப்படுவது இல்லை. தார்மீகமா உள்ளுக்குள்ள ஒரு பலம் என்கிட்ட இருக்கு. அதனாலதான் எமோஷனலா பேசுறேன். பின்னாடி வருத்தப்படாத எமோஷன் என்னுது."

"பாராட்டுகளைக் கேட்கும்போது பெருமையாக இல்லை. எச்சரிக்கையாக இருக்கிறது. என்னுடைய படங்களின் தரம் குறைந்துவிடக்கூடாதே என்று."

அவரைப் பற்றி, அவர் படங்கள் குறித்து..

“திரைப்படம் என்பது கிரியேட்டிவ் ஜாப். எடுப்பது வேறு, உருவாக்குவது வேறு. உருவாக்குவதுதான் என் நோக்கம்.”

“வாழ்க்கையில் நடப்பதையே நான் படங்களாக எடுக்கிறேன். மற்றவர்கள் சொல்லாத சில உண்மைகளை நான் சொல்கிறேன்.”

“எதையும் சொல்லக்கூடிய முறையில் சொன்னால் ஒப்புகொள்ளத் தயாராக இருக்கிறார்கள். சொல்வதில் துணிச்சல் இருக்க வேண்டும். சொல்லும் முறை சரியாக இருக்கவேண்டும். மூன்றையும் நான் செய்கிறேன்.”

“நான் கலைப் படைப்பிற்கும் வியாபார ரீதியான சினிமாவிற்கும் இடையே நிற்கிறேன். எனது படங்களில் இந்த இரண்டும் கலந்திருக்கும்.”

“நடுத்தர குடும்பங்களில் கற்பனையைவிட சுவையான கதைகள் கிடைக்கும்.”

“ஆரம்ப காலத்தில் காமெடி was my forte. சோகமான விஷயங்களைக் கூட நகைச்சுவை இழையோட சொல்வேன். இப்போது நகைச்சுவை உணர்வு இறந்துபோயிருக்கலாம்.”

"ஒரு மனிதனின், முக்கியமாக ஒரு படைப்பாளியின் கண்ணோட்டம் ஒரே மாதிரியாக இருப்பதில்லை. *Evolution of a creative man is always there.*"

"*Unless story warrants, I will not go for big stars.*"

"சினிமாவின் பாஷை வெறும் கேமிராதான் என்று சொல்லுவது பேத்தல். ஸ்டாப் இட்..."

"நான் என்ன ஏசு கிறிஸ்த்துவா? மெசேஜ் சொல்லவா பிறந்திருக்கேன்!"

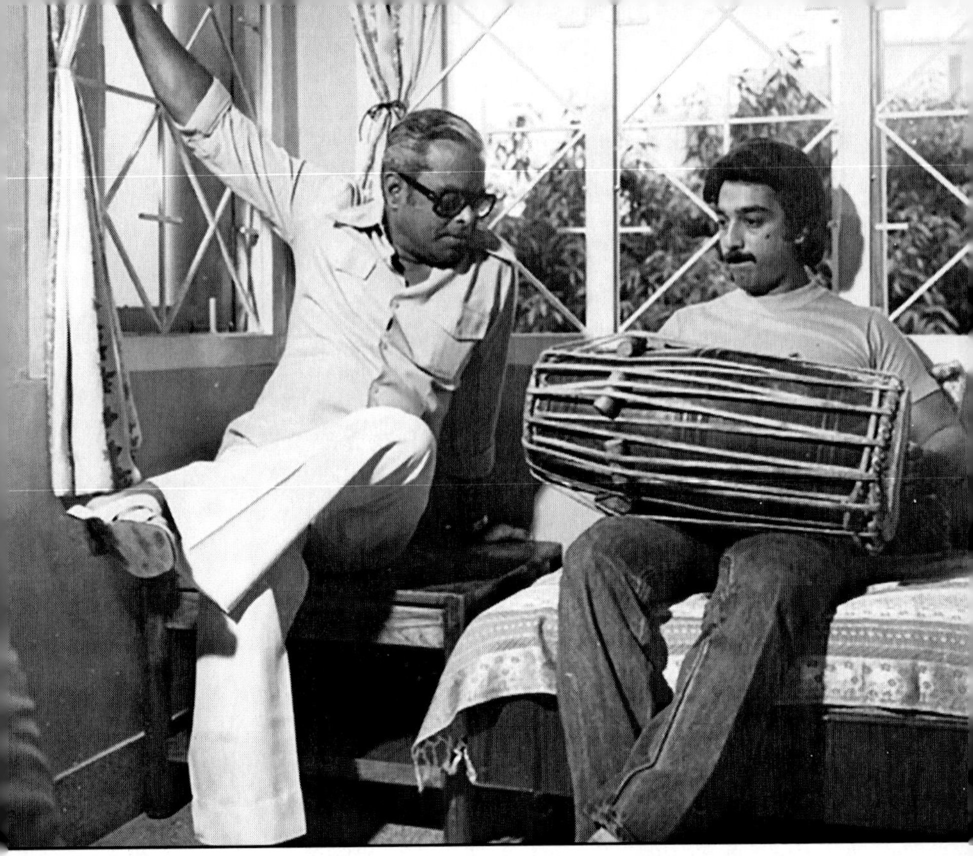

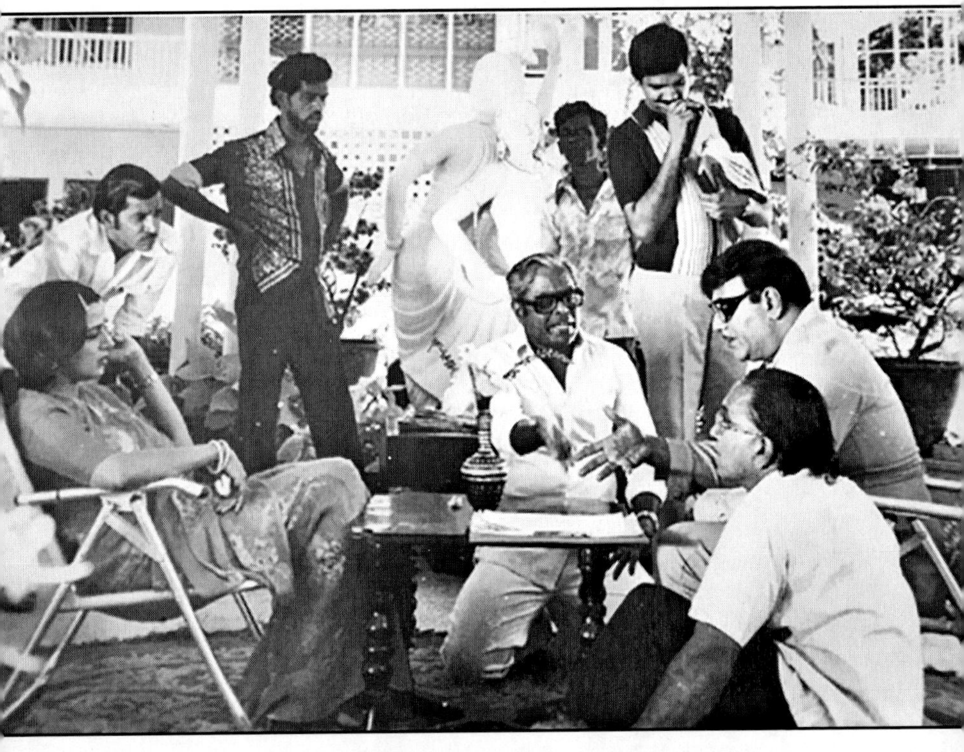

பின்னிணைப்பு - 2

திரையோவியம் :
கே.பாலசந்தருடன் ஒரு மாலை

- சோம. வள்ளியப்பன்

இயக்குநர் சிகரம் கே. பாலசந்தருக்கு உழைப்பால் உயர்ந்த மாமேதை விருது வழங்கும் விழா...

அழைப்பிதழே மிகவும் வித்தியாசமாக இருந்தது. ஆடம்பரமில்லாமல் அதே சமயம் ஆர்வத்தைத் தூண்டுவதாக இருந்தது. எப்பொழுதும் “என்ன செய்யலாம்? வித்தியாசமாக என்ன செய்யலாம்? எதை எப்படி அழுத்தமாகச் சொல்லலாம்?” என்று யோசித்துக் கொண்டேயிருக்கும் ஒரு படைப்பாளியின் அடையாளமாக விளங்கும் கே.பி.யின் படம், ஆழ்ந்த யோசனையுடன் ‘செட்’டில் அமர்ந்திருக்கும் படம், கருப்பு வெள்ளையில்... “உழைப்பால் உயர்ந்த மாமேதை” என்ற ரோட்டரி சங்கத்தின் விருது வழங்கும் விழா, தோள் கொடுத்து நிகழ்ச்சியை நடத்தியது ராஜ் டி.வி. தமிழ்நாட்டில் திரைக்கதாநாயகர்களை மன சிம்மாசனத்தில் ஏற்றி அமர வைத்து, ஆசைதீர கொஞ்சித் தீர்க்கும் மக்கள் லட்சக்கணக்கில் இருப்பது தெரியும். எம்.ஜி.ஆர்., சிவாஜி, கமல், ரஜினி, விஜய், அஜித் என அது ஒரு தொடர்கதை. அவர்களுக்கு விழாக்கள், திரைப்படங்களுக்கு விழாக்கள் என்பதெல்லாம் புதிதல்ல.

இந்த விழா, வித்தியாசமான விழா. திரைக்குப் பின்னால் இருக்கும் ஒரு படைப்பாளியின் உழைப்பைப் போற்றும் விழா. தமிழர்களின் அடையாளமான திருக்குறளையும், திருவள்ளுவரையும் இன்று நேற்றல்ல, 40 வருடங்களுக்கு முன்பாகவே தனது மனத்தில் பூஜித்து, நிறுவனத்தின் அடையாளமாகவும் ஆக்கியவர் கே.பி. “மலர்மிசை ஏகினான் மானடி சேர்ந்தார்” என்ற திருக்குறளே இறைவணக்கம் ஆகப் பாடப்பட்டது.

சாதகப் பறவைகள் இசையுடன். பூர்ணகும்ப மரியாதையுடன் கே.பி. அழைத்துவரப்பட்டார். அவர் வந்தபொழுது சரியாக, “நான்

உன்னை வாழ்த்திப் பாடுகிறேன், நீ வரவேண்டும்'' என்ற பாடல் மேடையில். முன்னால் அமைச்சர் என்பதைவிட, சத்யாமூவீஸ் நிறுவனர் என்ற முறையில் ஆர்.எம்.வி. அவர்கள் மற்றும் ஏவி. எம். சரவணன் போன்றோர் முன்னதாகவே வந்திருந்தார்கள்.

அருமையான நேரு உள்விளையாட்டரங்கம். சுகமான ஏ.ஸி. சிறப்பான ஏற்பாடுகள். ''கலா மாஸ்டர் ஏற்பாடு செய்திருந்த நடன நிகழ்ச்சி நடந்து கொண்டிருப்பதை அமைதியாக கே.பி. பார்த்துக் கொண்டிருந்தார். அப்பொழுது சம்பந்தமில்லாமல் ''ஹோ''வென ரசிகர்களின் ஆரவாரம். என்ன ஏது என்று நிதானித்துப் பார்த்தால், அரங்கத்தில் மேடைக்கு இருபுறமும் பெரிய திரைகள். அதில் ஒரு காட்சி. அரங்கத்துக்கு வெளியே இருந்து படமெடுப்பது உள்ளே திரையில். திரையில் தெரிந்தது வெள்ளை பைஜாமா குர்தாவில் 'சந்திரமுகிலன்'. ஆம், ரஜினிகாந்தே தான். தன் குருநாதர் விருது பெரும் நிகழ்ச்சிக்கு, மகிழ்வோடு தனக்கேயுரிய வேகத்துடன் வந்து கொண்டிருந்தார். உள்ளே வந்தார். 'விர்'ரென்று கே.பி. அருகே போய், அவர் காலைத் தொட்டு வணங்கிவிட்டு அருகில் அமர்ந்தார். அரங்கமும் சற்று அடங்கியது.

கே.பி.யின் புன்னகை படம் பார்த்துவிட்டு, தற்கொலை செய்து கொள்ளவிருந்த ஒருவர் மனம் மாறி வாழத் தொடங்கியது, ஆக்ஸ்போர்டு பல்கலைக் கழகம் வெளியிட்டிருக்கும் இந்திய சினிமா பற்றிய என்சைக்ளோபீடியாவில், குறிப்பிடப்பட்டுள்ள சில படங்களில் கே.பி.யின் 'அவர்கள்', 'அச்சமில்லை அச்சமில்லை', 'தண்ணீர் தண்ணீர்' என்ற மூன்று படங்கள் இடம் பெற்றிருப்பது என பல தகவல்களை அழகாக பாரதி பாஸ்கர் அவர்கள் தனது தொகுத்து வழங்கும் உரையில் சொல்லிக் கொண்டிருந்தார்.

கே.பி. அடையாளம் காட்டியவர்கள், அவரால் வளர்ந்தவர்கள் என இன்றைய நட்சத்திரங்கள் வரை தொடர்ந்து வந்து கொண்டேயிருந்தார்கள். வீட்டுப் பெரியவர் காலில் விழும் பிள்ளைகள், பேரன், பேத்திகள் போல, அதன் போக்கில் மேடைக்குக் கீழே நடந்து கொண்டேயிருந்தது.

மலையாள நடிகர் மோகனும், அபிராமி ராமநாதன் அவர்களும் ரோட்டரி சங்கத்தின் சார்பாகப் பேசினார்கள். ரோட்டரி இதுவரை

இந்த விருதினை தமிழ்நாட்டில் மூன்றே நபர்களுக்குத்தான் கொடுத்திருக்கிறதாம். ஏவி.மெய்யப்பச் செட்டியார் மற்றும் செவாலியே சிவாஜிகணேசன் தவிர இதைப் பெறும் மூன்றாவது மேதை கே.பி.தான். இதனை முறையாக ஆரம்பித்து அமெரிக்காவில் ஒப்புதல் பெற்றுத்தான் கொடுக்க முடியுமாம். ஏற்கெனவே 5 தேசிய விருதுகள், பத்மஸ்ரீ, கலைமாமணி போன்ற பட்டங்கள் தவிர, 'இவர்தாண்டா டைரக்டர்'... 'டைரக்டர்' என்று மக்களால் தனது முதல் நாடகம், முதல் சினிமாவிலேயே மக்களால் அங்கீகரிக்கப்பட்டு விட்டவர் கே.பி.

அபிராமி ராமநாதன் சொல்வதுபோல, இந்த விருதை கே.பி. பெறுவதால் விருதுக்கும் ஒரு கெளரவம்தான். சுகமாகப் போய்க் கொண்டிருந்த நிகழ்ச்சியில் மீண்டும் சலசலப்பு. ரசிகர்களின் ஆரவாரம். இந்த முறையும் திரை சொன்னது விடையை! வந்துகொண்டிருந்தவர் ஆளவந்தான். கே.பி.யின் மற்றொரு செல்லப் பிள்ளை கமல்.

என்ன சொல்ல? எல்லாம் பிள்ளைகள்தான். ஆனால் தந்தையின் தோளுக்கு மேல் வளர்ந்துவிட்ட, பிரபலமாகிவிட்ட, பெரிய பிள்ளைகள். வெள்ளை வெள்ளையில் மிடுக்காக, அதே சமயம் அக்கறையாக குருநாதர் விழாவுக்கு வந்தார் கமல். ரஜினி செய்தது போலவே குருவின் காலைத் தொட்டு வணக்கம். கே.பி. அருகில் இருக்கை காலி இல்லை. தள்ளி அமரப் போன கமலை, அருகில் அமர அழைத்தார் பாசமாய் கே.பி. புகைப்படக்காரர்களுக்கோ அரிய விருந்து. ஆனந்தமாக சுட்டுத்தள்ளிக் கொண்டிருந்தார்கள். தமிழ்நாட்டைக் கலக்கிக் கொண்டிருக்கும் இரண்டு சிங்கங்கள் அமைதியாக தாய் சிங்கத்தின் இரண்டு பக்கமும் உட்கார்ந்திருக்கும் அரிய காட்சி. கேட்கவா வேண்டும்?

எவருக்கு கிடைக்கும் இப்படியொரு பெருமை! இப்படி முத்துக்களைக் கண்டெடுக்க, அவற்றை வளர்க்க, அவையும் வளர, வளர்ந்த பின்னும் அதே மரியாதையுடனும் பாசத்துடனும் கண்ணசைத்தால் வந்து, எவ்வளவு நேரமானாலும் அருகே இருக்க! அவ்வளவு தகுதி வாய்ந்தவர் கே.பி என்று அந்த இருவரின் அமைதியான அருகிருப்பிலேயே தெரிந்தது.

எவர் பேசுவது, எவர் பேசாமலிருப்பது? எதைச் சொல்வது? எதை விடுவது? ஆறு மணி நேர நிகழ்ச்சியே போதுமானதாக இல்லை. நாற்பது ஆண்டுகால தமிழ் சினிமா சரித்திரம். தமிழ் மட்டுமா? தெலுங்கு, இந்தி என்று எல்லா கடல்களையும் தாக்கிய பேரலை அல்லவா பாலசந்தர்.

அவர் வந்தபிறகு திரைப்படங்களின் தரம் மட்டுமல்ல, தொலைக்காட்சி தொடர்களின் தரமும் மிக உயர்ந்தது என்று மிகச் சரியாகக் கணித்துச் சொன்னார் ஏவி.எம். சரவணன். மேலும் அவருடைய தந்தை ஏவி. எம். மெய்யப்பச் செட்டியார் என்ற தமிழ் சினிமா ஜாம்பவான் கே.பி.யின் தீவிர ரசிகர் என்பதையும் பகிர்ந்து கொண்டார்.

நடிகர்கள், கலைஞர்கள், தொழில்நுட்ப வல்லுனர்கள் மட்டுமல்ல... பல சிறந்த இயக்குநர்களையே உருவாக்கியவர் கே.பி. அவருடைய சிஷ்யர்களுள் ஒருவரான வஸந்த் இயக்கிய கே.பி. பற்றிய ஒரு குறும்படம் ராஜ் டி.வி. தயாரிப்பு - திரையிடப்பட்டது. கே.பி. யார்? என்ன செய்தார் என்பதை, தனக்கேயுரிய முத்திரைகளுடன் நறுக்குத் தெறித்தாற்போல செய்திருந்தார் வஸந்த். முக்கியத் திரைப்படங்களின் கிளிப்பிங்குகளையும் நேர்த்தியாக ஆங்காங்கே சேர்த்திருந்தார். கே.பி.யின் மனைவி, அவரோடு வெளியே போவது அரிது என்ற வார்த்தைகள், பிரபலங்களின் குடும்பத்தார் இழக்க நேரும் தனிமை பற்றி அழகாகச் சொல்லியது. அவள் அல்ல, அவர் ஒரு தொடர்கதை என்பதும் புரிந்தது.

23,000 தொழிலாளர்கள் சார்பாக வணங்குகிறேன் என்றார் பெப்சி விஜயன். உங்கள் பெயரில் ஒரு நாடக அகாதமி தொடங்க வேண்டும் என்றார். நாகேஷ் வந்தார், அசைந்து. வயதானது தெரிந்தது. பேச்சிலும். கே.பி. விழாதவர் என்றும், அவருக்கு விழா சரிதான் என்றும் சொன்னார். நாகேஷ் பேசும்போது, எலக்ட்ரிஷியன் வந்து மைக்கை சரி செய்ய, 'அப்ப இதுவரைக்கும் நான் பேசினது கேக்கவேயில்லையா?' என்று 'பட்'டென்று அடித்தார். புரிந்தவர்கள் சிரித்தார்கள்.

மனுஷனுக்கு நகைச்சுவையுணர்வு உடம்போடு ஒட்டிப் போய்விட்டது தெரிந்தது. கே.பி. ஒரு மிகச்சிறந்த நடிகர். அவர் நடித்திருந்தால்

எல்லா விருதுகளும் அவருக்கே கிடைத்திருக்கும் என்றார் ஆச்சி மனோரமா.

நானும்தான் கே.பி.யால் நடிகனாக அறிமுகப்படுத்தப்பட்டவன், உயர்ந்த தன் குடும்பத்தில் என்னை விட்டுவிட்டார் என்ற ஆதங்கத்துடன் தொடங்கிய எஸ்.பி.பி., மொட்டை போட்டிருந்தார். கொண்டு வந்திருந்த மாலையை அணிவித்துவிட்டு, காலனியைக் கழற்றிவிட்டு, நெடுஞ்சாண்கிடையாக விழுந்து கே.பி.யை வணங்கி விட்டு பேசப் போனார், பாடினார். ஆம்... எனக்குப் பேச வராது என்று சொல்லிவிட்டு மனுஷன், குரலா அது... மேடையும் அரங்கமும் கட்டிப்போட்டது போலானது. கே.பி.யின் படங்களில் இருந்து மெலோடியஸான பாடல்களாகப் பாடினார். விவேக், கமல், சிவக்குமார் எல்லாரும் லயித்து விட்டார்கள். எல்லாம் நான்கு, எட்டு வரிகள்தான். ஒன்றன்பின் ஒன்றாக ஆயிரம் சொல்லுங்கள், இசைக்கான சக்தியே தனிதான்.

பார்த்திபன் வந்தார். பிலிமால் செய்த மாலையை அணிவித்தார். (எல்லோரும் பிலிம் காட்டுவதாகச் சொல்வார்கள், பார்த்திபன் உண்மையிலேயே பிலிம் காட்டினார் - விவேக்). எதையும் வித்தியாசமாகச் செய்பவர், இந்த சந்தர்ப்பத்தையா விடுவார்? நான் கெட்ட வார்த்தைகளால் கே.பி.யைப் பற்றிப் பேசப்போகிறேன் என்றார். கே.பி.யை குப்பைத்தொட்டி, அவசரக் குடுக்கை, அடங்காப்பிடாரி, பக்காத் திருடன், கொள்ளைக்காரன், பொறுக்கி, விவஸ்தையற்றவன் என்றார். எல்லாவற்றுக்கும் அழகான Positive ஆன விளக்கமும் கொடுத்தார்.

பல பிரமாதமான ஐடியாக்களை தானே ரிஜெக்ட் செய்து, தனக்கு உள்ளேயே கசக்கிப் போட்டுக் கொள்ளும் குப்பைத் தொட்டி. 20 வருடங்களுக்குப் பின்னால் தர வேண்டிய படங்களை முன்கூட்டியே தந்த அவசரக் குடுக்கை. எவரையும் வலிந்து பாராட்டும் விவஸ்தையற்றவர். மக்கள் மனம் கொள்ளையடித்தவர். தன்னிடம் வாய்ப்புக் கேட்ட 1000 நபர்களில் 67 பேரை 'பொறுக்கி' வளர்த்தவர். சிவாஜி, எம்.ஜி.ஆர் போன்ற ஜாம்பவான்களின் வீட்டுக்கதவை முட்டாதவர். முட்டாத ஆள் என்பது போல்... நன்றாகத்தான் இருந்தது.

விவேக் வந்தார். நடிகர் சூர்யாவின் தம்பி சிவக்குமார் அவர்களே... என்று சிவக்குமாரின் இளமை குறித்து 'பன்ச்' வைத்து, அரங்கத்தை அதிர வைத்தார். K.B. 100 cc என்றால் சிங்கம், 100 classic Cinema என்றார். K.B. என்றால் கொம்பன். ரஜினி, கமலை உருவாக்கிய கொம்பன் என்றார்.

கவிஞர் வாலி, கே.பி.யிடம் தனக்கு நடிக்க வராது என்றதையும் அதற்கு 'அதை நான் முடிவு செய்கிறேன்' என்று சொல்லிவிட்டு பொய்க்கால் குதிரை எடுத்ததையும் சொன்னார். எஸ்.பி. முத்துராமன் கே.பி. எப்படி ஒரு சுதந்திரம் தரும் தயாரிப்பாளர் என்பதை விவரித்தார்.

பாலசந்தரால் உருவாக்கப்பட்ட இயக்குநர் சரண், எழுதி வைத்துப் படித்தார். பாரதிராஜா சிறுவயதில் எப்படி கே.பி. ரசிகனாக இருந்தேன் என்றும் சர்வர் சுந்தரம் நாடகத்துக்கு 'பிளாக்'கில் டிக்கெட் வாங்கிப் பார்த்தேன் என்றார். தன்னுடைய 16 வயதினிலே படம் பார்த்துவிட்டு, '*It is thundering my heart. you are going to hit head this*' என்று மற்றொரு கலைஞரை மனம் விட்டுப் பாராட்டி கைதூக்கி விட்டவர் என்றார்.

ரஜினி பக்கத்தில் உட்கார்ந்தது மட்டுமல்ல, அவ்வப்பொழுது பேசிக் கொண்டுமிருந்தார் அவருடன். கமல் வந்தார், நெகிழ்ந்தார். எழுதி வந்ததைப் படித்தார். கே.பி.க்குத் தானும் மரபணு பெறாத மகன்தான் என்றார். சிவாஜி ஒரு தந்தை. அது அன்னை இல்லம். கே.பி.மற்றொருவர். அவர் வீடு 'அப்பன் இல்லம்.' என்றார். துரோணாசாரியாரிடம் கே.பி. நேரிடையாகப் பாடம் கற்ற அர்ச்சுனன் தான் என்றார். கே.பி. பெயரில் ஒரு நாடக அகாடமி தொடங்குவோம். அரசு உதவினால் சரி, இல்லையென்றால் நாமே செய்வோம் என்றார்.

ரஜினி வந்தார். கே.பி. எங்களுக்கெல்லாம் நடிப்பு மட்டுமல்ல, எத்தனையோ விஷயங்கள் கற்றுக் கொடுத்திருக்கிறார் என்றார். உங்களில் எவருக்குக் கொஞ்சம் திறமையிருந்து, அவரைச் சந்தித்திருந்தாலும், உங்களையும் அவர் முன்வரிசை அளவுக்கு உயர்த்தியிருப்பார் என்றார். கே.பி.யின் வெற்றிக்கு *Physical, Moral & Spiritual discipline* தான் காரணம் என்றார். நான் பாராட்டுவதைவிட,

மற்றவர்கள் பாராட்டுவதை கேட்டு மகிழவே வந்தேன் என்றார்.

“உங்கள் தாய் வீடு நாடகம். திருமணமான வீடு சினிமா. அங்க ரொம்ப நாள் தங்கிட்டீங்க... திரும்ப நாடகத்துக்கு வாங்க. ‘சார்... நீங்க மீண்டும் நாடகம் எழுதுங்க. நான் நடிக்கத் தயார், கமலும் தயார். (கமல் உட்கார்ந்த இடத்திலிருந்தபடியே ஆமோதித்துத் தலையாட்டினார்) நீங்கள் நாடகம் போட்டா மக்கள் வருவாங்க. நாமெல்லாம் வர, மற்றவர்களும் வருவாங்க. நாடகம் தழைக்கும். இதைப்பற்றி சீரியஸா யோசிங்க” என்றார்.

பின்பு உழைப்பால் உயர்ந்த மாமேதை விருது வழங்கப்பட்டது. மனைவியும், மகள் புஷ்பா கந்தசாமியும், மருமகன் கந்தசாமியும் அருகில் இருந்தார்கள். பல வெளிநாட்டு இயக்குநர்களும் கே.பி.யை வாழ்த்த வந்திருந்தார்கள்.

குறும்படம் எடுத்தவர்களுக்குப் பொன்னாடை போர்த்தினார் கே.பி. நெளிந்தார் வஸந்த்.

இன்னும் நாடகங்களும், திரைப்படங்களும் தொலைக்காட்சித் தொடர்களும் கொடுக்கவிருக்கும் ஒரு கலைஞனுக்கு, இதுவரை செய்தவைகளுக்காக எடுக்கப்பட்ட விழா, உள்ளார்ந்த அன்புடனும், உண்மையான மரியாதையுடனும் எடுக்கப்பட்ட விழாவாக அமைந்தது.

தமிழ்த் திரையுலகம் செய்த பாக்கியம் கே.பி. அவர் நூறு வயது வாழட்டும். வாழும் மட்டும் தன் கதாபாத்திரங்கள் மூலம் நம் ரசனையையும் சிந்தனையையும் வழக்கம்போல உயர்த்தட்டும்.

- 18 ஏப்ரல், 2005

டாக்டர் சோம.வள்ளியப்பன்

தமிழகத்தின் அனைத்து முன்னணிப் பத்திரிக்கைகளிலும் இதழ்களிலும் கட்டுரைகள், தொடர்கள் எழுதுபவர். தொலைக்காட்சிகளில் பங்குச்சந்தை மற்றும் பொருளாதாரம் தொடர்பான நிகழ்ச்சிகளில் கருத்துக்கள் சொல்பவர். தமிழகம் முழுவதுமிருந்தும் பல்வேறு கல்லூரிகள், அமைப்புகள் மற்றும் நிறுவனங்களால் பேச, பயிற்சி கொடுக்க அழைக்கப்படுவர். நிர்வாகம், உறவுகள், சுய முன்னேற்றம், பணம், பங்குச்சந்தை, ஆளுமைகள் பற்றி இதுவரை 75 புத்தகங்கள் எழுதியிருக்கிறார். இளங்கலை பொருளாதாரம், MBA மனித வளம் மற்றும் மார்க்கெட்டிங் படித்திருக்கும் சோம. வள்ளியப்பன், பெல், பெப்ஸி, வேர்ல்பூல், டாக்டர் ரெட்டீஸ் பவுண்டேஷன், நவியா உள்பட பல்வேறு நிறுவனங்களில் 30 ஆண்டுகள் மனிதவளத்துறையில் பணியாற்றிவிட்டு, தற்போது மேன்மை மேனேஜ்மென்ட் கன்சல்டன்சியின் மேலாண் இயக்குனராகச் சென்னையில் பணிபுரிகிறார். அவரது எமோஷனல் இண்டெலிஜென்ஸ் குறித்த ஆய்விற்காக சென்னை பல்கலைகழகத்தில் Ph.D. பட்டம் பெற்றவர்.

ஆசிரியரின் பிற நூல்கள்

சுயமுன்னேற்றம்

1. இட்லியாக இருங்கள் - எமோஷனல் இன்டெலிஜென்ஸ்
2. எமோஷனல் இண்டெலிஜென்ஸ் 2.0
3. ரசவாதம்: ஏதிலும் பெரும் வெற்றி (NLP பற்றி)
4. தடையேதுமில்லை (சுயமுன்னேற்றக் கட்டுரைகள்)
5. உஷார் உள்ளே பார் (மனமும் சக்தியும்)
6. ஆல் தி பெஸ்ட்! (நீங்கள் விரும்பும் வேலையை வென்றெடுப்பது எப்படி?)
7. தள்ளு (மோட்டிவேஷன்)
8. சின்னத் தூண்டில் பெரிய மீன்
9. சிறுதுளி பெரும் பணம்
10. டீன் தரிகிட (பதின் பருவம்)
11. சொல்லாததையும் செய்!
12. மனதோடு ஒரு சிட்டிங்
13. முன்னேற்றம் இந்தப் பக்கம்
14. எல்லோரும் வல்லவரே

15. காதலில் இருந்து திருமணம் வரை
16. சிக்கனம் சேமிப்பு முதலீடு
17. நல்லதாக நாலு வார்த்தை
18. திட்டமிடுவோம் வெற்றிபெறுவோம்
19. அதிகாரம் அல்ல, அன்பு
20. உடல் மனம் புத்தி
21. யார் நீ?
22. உயர... உயர...
23. You vs You: Everything you need to know about Emotional Intelligence
24. உச்சம் தொடு
25. மேன்மை கொள்
26. சொல்லி அடி

பங்குச்சந்தை

1. அள்ள அள்ளப் பணம் - 1 - பங்குச்சந்தை: அடிப்படைகள்
2. அள்ள அள்ளப் பணம் - 2 - பங்குச்சந்தை: அனாலிசிஸ்
3. அள்ள அள்ளப் பணம் - 3 - பங்குச்சந்தை: ஃபியூச்சர்ஸ் அண்ட் ஆப்ஷன்ஸ்
4. அள்ள அள்ளப் பணம் - 4 - பங்குச்சந்தை: போர்ட்ஃபோலியோ முதலீடுகள்
5. அள்ள அள்ளப் பணம் - 5 - பங்குச்சந்தை: டிரேடிங்
6. அள்ள அள்ளப் பணம் - 6 - மியூச்சுவல் ஃபண்ட்
7. அள்ள அள்ளப் பணம் - 7 - தங்கம்
8. அள்ள அள்ளப் பணம் - 8 - இன்சூரன்ஸ்
9. அள்ள அள்ளப் பணம் - 9 - கடன்
10. ஷேர் மார்க்கெட் சீக்ரெட்ஸ்
11. பங்குகளில்பணம்
12. பங்கு சந்தை என்றால் என்ன
13. Bulls and Bears - All about Shares
14. ஷேர் பசார் சீக்ரெட்ஸ் (ஹிந்தி)

வியாபாரம்

1. நம்பர் 1 சேல்ஸ்மேன் (சிறந்த விற்பனையாளர் ஆவது எப்படி?)
2. பணமே ஓடி வா
3. வியாபாரத்தில் வெற்றி - தொட்டதெல்லாம் பொன்னாகும்
4. பணம், சில ரகசியங்கள்
5. பணம் சந்தேகங்கள் விளக்கங்கள்

6. நேர்மையாக சம்பாதிக்க இவ்வளவு வழிகளா!
7. எந்தத் தொழிலிலும் ஜெயிக்கலாம்

நிர்வாகம்

1. ஆளப்பிறந்தவர் நீங்கள் (தலைமைப் பண்புகள்)
2. காலம் உங்கள்காலடியில் (நேர நிர்வாகம்)
3. உலகம் உன் வசம் (கம்யூனிகேஷன்) 5. உறுதி மட்டுமே வேண்டும் (கமிட்மெண்ட்)
4. உறவுகள் மேம்பட (Managing People)
5. சிறந்த நிர்வாகி ஆவது எப்படி?
6. மேனேஜ்மெண்ட் குரு கம்பன்
7. வீட்டுக்கணக்கு
8. நேரத்தை உரமாக்கு (காலம் உங்கள் காலடியில் - 2)
9. சிக்ஸர்: நிர்வாக உத்திகள்

பொருளாதாரம்

1. நாட்டுக் கணக்கு
2. நாட்டுக்கணக்கு - 2
3. அதிர்ந்த இந்தியா
4. அவசரம்- உடனடியாக செய்யவேண்டிய சமூக பொருளாதார மாற்றங்கள்

மாணவர்களுக்கு

1. மன அழுத்தம் விரட்டலாமா
2. இந்தமுறை நீதான்
3. நீங்கள் அசாதாரணமானவர்
4. You are Extraordinary
5. திட்டமிடுவோம் வெற்றிபெறுவோம்

மற்றவை

1. எங்குமிருப்பவர் (சாய் சரிதம்)
2. கே பாலசந்தர்- வேலை டிராமா சினிமா
3, நல்ல மனம் வாழ்க
4. மகிழ்ச்சியாக வாழுங்கள்
5. அப்பா, மகன் - நெருக்கமும் நெருடல்களும்

புதினம்

1. நெஞ்சமெல்லாம் நீ
2. பட்டாம்பூச்சிகளின் கண்ணாமூச்சி காலம்
3. ஜெமினி சர்க்கிள்